TASNIA YA MUZIKI

MKOMBOZI WA VIJANA

Martin Mandalu

Business Printers Limited
16 Lugoda Street,Gerezani Industrial Area
P.0 Box 78495
Dar es Salaam,Tanzania

Kimesanifiwa na Freddy Macha

ISBN 978-9987-9123-2-2

Yaliyomo

Shukrani

Kufanikisha kitabu hiki kuna watu na taasisi nyingi zilizotoa mchango wa hali na mali. Kwa mafanikio ya kitabu hiki nawashukuru kwa dhati kabisa washirika wote kila mmoja kwa nafasi yake ila pale penye ukosefu, nabeba mapungufu hayo kwa unyenyekevu.

Hapa nawashukuru wawakilishi wachache kwa kutaja majina yao; Freddy Macha, alifanya kazi kubwa ya uhariri wa kitabu hiki na kukipatia sura nzuri ya kusomeka kwa wazungumzaji na wasomaji wa Kiswahili toka pande anuwai. Namangi, rafiki yangu mpendwa sana alinitia moyo wa kuendelea na kazi hii hadi kukamilika kwake.

AY, Jay Moe, Mchizi Mox, Cool D, Kaka Voda (King'oko), Rahma (Unique Sisters), YDash, YP, Kbasil, Kinyonga, Esther Wasira na Mr.II ni baadhi ya wasanii waliotoa muda wao kushiriki katika uchunguzi wa muziki wa kizazi kipya. Pamoja na kuwa na shughuli nyingi za kujiendeleza kimuziki walikuwa tayari kutoa maoni na mchango wao wa kimawazo kwa urafiki kabisa. Mtoro Ongala Ramazani (Dr. Remmy) alishiriki kama mchangiaji mkuu katika upande wa wasanii wakongwe.

Kama Kawa records, 41 records, Sound Crafters, CMK records, MJ records, ni kati ya vituo vya watayarishaji wa muziki ambavyo vilitoa ushirikiano wa haja kumpatia mchunguzi habari na taarifa za kitaaluma za fani hii.

Clouds FM, Times FM, TBC FM, East African Radio, Magic FM na Uhuru FM ni kati ya vituo kadhaa vya redio vyenye ujuzi,uzoefu na vipindi vyenye masuala ya vijana na vyenye uelewa wa muziki wa kizazi kipya hapa nchini.

THT, Bench Mark Productions, May Day, COSOTA, BASATA, MLEYD na ILO taasisi hizi zilitoa wachangiaji wakuu ambao walionyesha upendo na kuwa ni mahiri wa mambo ya vijana. Walishiriki katika utafiti huu kwa kutoa maelekezo na ushauri mwingi kwa vijana ili waweze kufanikiwa katika kazi yao ya sanaa ya muziki.

Tabaruku

Kwa heshima ya *wasichana na wavulana* wenye kujibidisha kazini
kuiboresha jamii ya wanadamu

Muhtasari

Kitabu hiki kimelenga hasa kutangaza yale yaliyopatikana katika utafiti. Ni nini kinafanya wasanii wa Bongo Flava hapa Dar es Salaam wachume kipato duni?Hata hivyo kwa mtazamo mpana kina lenga kuangalia kazi zenye staha kwa watu wote na zaidi kwa vijana;kundi la watu wenye nguvu na nafasi kubwa ya kujenga jamii. Washiriki katika utafiti walikuwa wasanii maarufu na wasio maarufu, vituo vya redio, vituo vya kuandaa muziki, wauza kazi za muziki, washiriki toka BASATA, Bench Mark Productions, COSOTA, ILO-Dar, Wizara ya Kazi,Ajira na Maendeleo ya Vijana, Music May, Msanii mkongwe, Chuo cha kung'arisha vipaji. Taarifa zilipatikana kupitia madodoso, usaili wa ana kwa ana, na nyaraka mbalimbali za mambo ya vijana.

Utafiti uligundua wasanii wa Bongo Flava hupata kipato chao kupitia tamasha mbalimbali za muziki, mauzo ya kazi zao za kisanii na shughuli anuwai ziwahusishazo vijana hao. Utafiti ulithibitisha kuwa wasanii wa Bongo Flava hawakupata kipato sahihi kulingana na juhudi zao. Ilibainika kuwa kipato kidogo husababishwa na kazi zao duni, usimamizi dhaifu wa shughuli zao na kukosekana kwa mwongozo sahihi toka katika uongozi wa tasnia ya muziki. Matokeo zaidi ya utafiti yalionyesha kuwa bila kuwanyanyua wasanii hawa itakuwa vigumu kuifanya Bongo Flava kuwa ajira yenye staha.

Aidha uchunguzi uligundua kuwa Bongo Flava huzalisha nafasi za ajira kwa wasichana na wavulana. Hata hivyo kuna haja ya kuimarisha elimu ya muziki, mafunzo endelevu kuimarisha umoja wa wasanii ili uweze kutetea maslahi yao na hivyo kuifanya kazi hii kuwa ile yenye staha.

Orodha ya Vfupisho

BASATA...Baraza la Sanaa Tanzania

CDs...Compact Discs

COSOTA...Copyright Society of Tanzania /

DJs..Disc Jockey / Deejays

DV...Digital Video

HIV/ AIDS.......................... Human Immunodeficiency Virus /
Acquired Immune DeficiencySyndrome

VVU / UKIMWI...........................Virusi Vya Ukimwi / Upungufu wa
Kinga Mwilini

ILO / SLKD.......................International Labour Organization/
Shirika la Kazi Duniani
MLEYD..Ministry of Labour, Employment, and
Youth Development / Wizara ya Kazi,
Ajira na Maendeleo ya Vijana

R & B...............................Rhythm-and-Blues Music

RTD...............................Radio Tanzania Dar es Salaam

URT..............................The United Republic of Tanzania/
Jamhuri ya Muungano wa Tanzania
THT...............................Tanzania House of Talents / Chuo cha
Kun'garisha Vipaji
TV...............................Television / Luninga / Runinga ?

UN / UM...........................United Nations / Umoja wa Mataifa

VHS...............................Video Home System

Utangulizi

"Jamii bila vijana waliofunzwa vyema ni sawa na msitu mkubwa pasipo na machipukizi yenye afya njema na uwezo wa kuuendeleza msitu huo"

Watu katika nchi ni hazina kubwa kwa maendeleo ya taifa husika na ustawi wa dunia. Kila binadamu ana nafasi yake katika maendeleo ya jamii yake, ila makundi tofauti tofauti hutofautiana kwa michango yao kulingana na ujuzi, nguvu za utendaji wao wa kazi na kadhalika. Vijana, kwa nafasi yao, ni hazina kuu kwa maendeleo ya nchi na dunia kwa ujumla wake. Hali hiyo ni dhahiri kwa kuwa vijana, (hususani wale wa karne yetu), ndiyo hasa kundi lililojaa bashasha nyingi kulingana na namna lilivyopatiwa mafunzo na ujuzi wa aina aina. Umuhimu wa vijana huonekana kupitia mikataba mbalimbali duniani kote yenye malengo ya kuwaendeleza. Mmoja ya mifano ya mikataba hii ni ule wa mpango kazi kwa Vijana wa mwaka 2000 na kuendelea. Baraza kuu la Umoja wa Mataifa (UM) katika sura ya 8 (a) lilipitisha azimio 50/81 mnamo tarehe 14 Desemba 1995, na msisitizo uliwekwa kwa maneno haya: *"Kila nchi iwapatie vijana wake fursa za kupata elimu, kujipatia ujuzi mbalimbali na waweze kushiriki vilivyo katika shughuli za jamii zao"*[1]. Kupitia azimio hilo kumekuwa na mafanikio ya hapa na pale, kwa kuwa kiasi fulani kuna mambo ambayo yamefanyika kwa manufaa ya vijana na mataifa yao.

Manufaa hayo yanatofautiana kati ya nchi moja hadi nyingine.

---

1 UN (2007) World Youth Report; Young people transition Adulthood: Progress and challenges

Bongo Flava Mkombozi wa Vijana

Huku Tanzania sera ya taifa ya maendeleo ya vijana ambayo ilielezea kwa uwazi fursa za vijana, ilitolewa mwaka 1997. Sera nyingine ya kitaifa ambayo iliwashirikisha kwa karibu zaidi vijana katika utayarishaji wake na hivyo kuwa karibu kabisa na sauti za walengwa hao ilizinduliwa mwaka 2007. Hatua ya kuwa na sera mahususi kwa maendeleo ya vijana tayari ni utashi muhimu hasa lakini ikumbukwe kwamba kuwa na sera nzuri sana peke yake hakutoshi kabisa. Muhimu zaidi ni utekelezaji wake. Bila shaka twatambua kuwa sera ni chombo tu kinachoonyesha njia mithili ya ramani kwa mjenzi; shughuli nzima ipo katika utekelezaji wake. Kwa hakika utekelezaji wa sera ndiyo hasa tatizo kubwa linalokwamisha maendeleo katika maeneo mengi ya nchi nyingi zinazojiendeleza kiuchumi.

Ripoti ya Umoja wa Mataifa ya vijana ya mwaka 2005 inaonyesha kuwa hadi mwaka 2004 dunia ilikuwa na jumla ya vijana bilioni 1.2. Umoja wa Mataifa huita *vijana* watu wenye umri wa kati ya 15 na 24; ilhali Tanzania huita *vijana* watu wenye umri wa kati ya miaka 15 na 35.[2] Suala la umri wa vijana hupangwa na nchi husika kutegemeana na mahitaji na malengo yake. Ripoti ya umoja wa mataifa ya 2007 inaonyesha kuwa bilioni 1.2 ya vijana duniani, (yaani watu wa kati ya miaka 15 na 24), ndiyo hasa walio na elimu bora kabisa katika historia ulimwenguni[3]. Natambua kuwa takwimu hizi zinalazimisha kuzuka kwa maswali; je, kwa Tanzania ni kweli kuwa kundi la vijana ndiyo wenye elimu bora zaidi? Je, mfumo wa elimu ipatikanayo nchini unasaidia kupatikana kwa elimu hiyo bora? Je, vijana wa Kitanzania wanahesabika katika kundi hilo la vijana wenye elimu bora duniani? (Msomaji, tafadahali ongeza maswali zaidi).

---

2 URT (2007) Sera ya Taifa ya maendeleo ya vijana
3 UN (2007) World Youth Report; Young people transition Adulthood: Progress and challenges

Bongo Flava Mkombozi wa Vijana

Ripoti hiyo inaendelea kusema kuwa kuna juhudi za wazi kabisa za vijana kutaka kujiendeleza na pia kushiriki katika maendeleo ya jamii zao. Hata hivyo jitihada na nia njema za vijana wengi zinakwamishwa na mifumo iliyopo.

Utandawazi, kwa upande wangu ni mfumo wa uchumi ambao huwanufaisha wale waliojiandaa na kwa hakika wale tu walio tayari kutafuta fursa za kujinufaisha. Mfumo huu wa uchumi unaweza kuwa mbaya ama mzuri kutegemea na muongeaji, elimu yake na pia aina ya uchumi wa nchi atokayo. Wanaotoka nchi zilizoendelea vyema ama / na zenye mipango ya kizalendo (yenye malengo ya dhati ya kunufaisha wananchi wake), hufurahia mfumo huu na hivyo watauelezea kwa uzuri mno. Ila watokao nchi dhoofu kiuchumi, bila shaka, wataulaani mfumo huu. Hivyo basi, kwa upande wa vijana wa nchi zetu zinazojikakamua kiuchumi, ni wale waliotayarishwa na wachache wenye bahati za hapa na pale tu ndo watakaonufaishwa na mfumo huu.

Katika kuangalia harakati na juhudi za vijana katika kujikwamua na wimbi la umaskini huku Tanzania, nakualika hapa msomaji utazame vijana wasanii wa muziki wa kizazi kipya unaojulikana zaidi kama **Bongo Flava**. Utagundua kuwa vijana hawa wana vipaji murua kabisa lakini wanakosa virutubisho muhimu kama vile elimu ya muziki na ujuzi takikana. Kuwa na kipaji bila elimu, kwa mtazamo wangu ni sawa na kuwa na utashi mzuri bila ya kuwa na uwezo hitajika. Wasanii wa muziki wa kizazi kipya ambao wanatoa mchango wa namna fulani katika jamii wanamoishi,

Bongo Flava Mkombozi wa Vijana

wanakosa masuala kadhaa ambayo yangewawezesha wafanye vyema zaidi; hii ndiyo hasa dhima kuu la kitabu hiki. Yapo masuala mengi yanayoibuliwa ndani ya maandishi haya. Kwa wasanii na vijana wengine watakaozingatia, kuna uwezekano wakajikwamua na kuendelea kung'aa katika fani na vipaji vyao zaidi. Aidha vijana wa muziki huu ni kielelezo kizuri cha kuigwa na makundi mengi ya jamii; wameweza kutengeneza jukwaa la kutolea mawazo yao (maoni hayo, ambayo huyatoa kupitia nyimbo ni pamoja na yale ya kijamii, kisiasa, kiuchumi na kadhalika - na yote hulenga katika kutoa mchango, na kwa nafasi zao). Vijana wameweza kujitafutia na pia kuwatafutia watu wengine ajira, na wanashiriki katika kukuza lugha ya taifa lao. Hata hivyo shida yao kubwa ni elimu - lazima wajiendeleze kielimu ili wafanikiwe zaidi na kufikia viwango vya kimataifa. Wajifunze muziki wa vyombo, mathalan.

1

Tatizo la ajira kwa vijana

- Kujua tatizo ni nusu ya ufumbuzi-
Msemo wa Kifaransa

Hali ilivyo duniani

Ukosefu wa ajira ni moja kati ya matatizo makubwa katika nchi mbali mbali duniani kote, zilizoendelea na zile zinazoendelea kukua kiuchumi. Tatizo hili hugusa watu wa rika zote, wazee kwa vijana, lakini vijana huguswa na kuathirika kupindukia. Hivi sasa duniani kote kuna zaidi ya vijana milioni 88 wenye umri kati ya miaka 15 na 24 ambao hawana ajira na kati yao asilimi 85 wanaishi katika nchi zinazoendelea (ILO 2006)[4]. Karibu nusu ya watu wote duniani wapo chini ya miaka 25, duniani kote, vijana wanafikia bilioni 1.2 kulingana na ripoti ya Umoja wa Mataifa (UN 2005)[5], kuna zaidi ya vijana milioni 200 ambao wanaishi katika hali ya umaskini, milioni 130 wasiojua kusoma na kama ilivyosemwa hapo juu, vijana milioni 88 wasiokuwa na ajira. Kiwango cha ukosefu wa ajira kwa vijana kiliongezeka toka asilimia 11.7 mwaka 1993 na kufikia asilimia 14.4 mwaka 2003 (UN 2005)[6]. Kulingana na takwimu zilizopatikana katika tafiti, tatizo la ajira lilitofautiana kwa ukubwa; huko magharibi mwa Asia na Afrika ya Kaskazini

---

4. ILO (2006) "Global Employment Trends for Youth," International Labour Office, Geneva
5. UN (2005) "World Youth Report 2005 Young people today and in 2015" United Nations Productions
6 Ibid (Kama juu)

kiwango chake kilikuwa ni asilimia 25.6, kusini mwa jangwa la Sahara asilimia 21; na kiwango cha chini kabisa kilikuwa ni asilimia 7 Mashariki mwa Asia, na nchi zilizoendelea kiuchumi ilikuwa asilimia 13.4

Hali ilivyo Tanzania

Nchini Tanzania, ukosefu wa ajira ndilo hasa tatizo kuu linalowakabili vijana. Tafiti zinaonyesha kuwa takribani vijana milioni 2.3, ikiwa ni sawa na asilimia 12.9% ya watu wote wenye uwezo wa kufanya kazi, hawana ajira[7].

Viwango vya ukosefu wa ajira hutofautiana toka nchi moja hadi nyingine lakini mara nyingi kwa vijana huwa ni mara mbili ama tatu ya kiwango cha watu wazima. Ukosefu wa ajira katika bara la Afrika umewaathiri kwa kiasi kikubwa vijana katika nyanja za kijamii-uchumi. Athari hizo zimewagusa vijana waliopata elimu duni pia wale walio na elimu bora; japokuwa wale watokao katika jamii zenye kipato duni na wenye elimu duni toka mijini ndio walioathirika zaidi.

Sababu za ukosefu wa ajira kwa vijana hapa Tanzania zinafanana na sehemu nyingine za kusini mwa jangwa la Sahara. Kulingana na utafiti uliofanywa mwaka 2001/2 wa mfumo wa kazi (integrated lobour force), idadi ya watu wenye uwezo wa kufanya

---

7 Shaidi, Joyce, (2006), "Ari Mpya Nguvu Mpya Kasi Mpya" Youth Development in Tanzania inapatikana katika: http://www.ilo.org/public/english/employment/recon/eiip/download/workshop/youthtan.pdf

Bongo Flava Mkombozi wa Vijana

kazi iliongezeka kutoka milioni 11 na laki 2 mwaka 1990/91 na kufikia milioni 17 na laki 8 mwaka 2001. Hii inamaanisha kuwa watu 650,000 wenye uwezo wa kufanya kazi walikuwa wakiongezeka kila mwaka[8]. Katika makundi yote ni lile la vijana ndilo lililoathirika zaidi kwa kukosa ajira. Kuna sababu kadhaa ambazo husababisha kukosekana kwa ajira; nimeonyesha mifano michache ya sababu hizo hapa chini.

Sababu za ukosefu Ajira kwa Vijana

Sababu za ukosefu wa ajira kwa vijana kwa hakika zimechanganyika na zenye sura nyingi tofauti tofauti. Sababu hizo ni pamoja na ukosefu wa ujuzi takikana, ukuaji mdogo na dhaifu wa uchumi, kukua kasi kwa idadi ya vijana na kadhalika.[9]

Ukosefu wa elimu na ujuzi takikana:

Vijana wengi hapa Tanzania hawana elimu na ujuzi unaotakiwa katika soko la ajira. Wanakosa nafasi za kazi wanazozipenda kwa kuwa elimu na ujuzi walio nao hauwaruhusu kupata wanachokitaka ama kukihitaji. Moja wa mifano hiyo ni pamoja na ule wa sekta ya utalii. Sekta hii ikiboreshwa zaidi na zaidi, (tayari kuna juhudi nyingi zafanyika kuiboresha) ajira nyingi kuliko zilivyo sasa zitazalishwa. Pamoja na juhudi kubwa za kuzalisha ajira nyingi ni vyema basi mfumo wa elimu hapa nchini ukastawishwa zaidi ili vijana na wananchi kwa ujumla wamudu ushindani. Kaskazini ya Tanzania vijana wengi katika sekta ya

8 URT (2005) National Strategy for Growth and Reduction of Poverty
9 Chinguta, Francis (2006), Participation of Youth as Partners in Peace and Development in Post - Conflict Countries

utalii wanakosa na wengine wanapoteza nafasi za ajira kutokana na kutokuwa na elimu tosha na kutopata uzoefu wa kazi. Vijana wengi tena wenye nguvu wako mitaani wakiuza matunda, maji ya kunywa, karanga, na wengine wanajiuza wenyewe[10]. Inatambulika vyema kuwa elimu na ujuzi ni muhimu kwa maendeleo ya kiuchumi na pia ustawi wa jamii. Kama tulivyoona hapo juu, hii leo idadi kubwa ya vijana wanakosa elimu takikana, ujuzi na pia mianya ya mafunzo hayo, matokeo yake tunashindwa kuzifikia changamoto za utandawazi.[11]

Ukuaji mdogo na dhaifu wa uchumi:

(a) Uwezo wa uchumi kuzalisha nafasi za ajira hutegemea moja kwa moja ukuaji na ustawi wa uchumi. Ukuaji duni wa uchumi tangu miaka ya mwisho ya Sabini na katikati ya miaka ya Themanini, Ulipunguza kwa kiasi kikubwa uwezo wa kuzalisha nafasi za ajira. Idadi ya ajira ambazo huzalishwa katika sekta rasmi zilipungua toka nafasi 20,000 za kazi katika miaka ya 1970 na kubakia chini ya nafasi 2,000 tu miaka ya 1980.

(b) Msaada kidogo katika sekta binafsi: wakati sekta za serikali zimekuwa zikipungukiwa na uwezo wake wa kutoa ajira kwa wananchi, sekta binafsi, kwa upande mwingine, imekuwa ikifanya kazi kama mkombozi wa jamii kwa kuzalisha nafasi za ajira. Inakadiriwa kukaribia asilimia 21% ya watu wote wenye uwezo wa kufanya kazi wapo katika sekta binafsi. Pamoja na kufanya vyema hivyo, sekta hizo zimeshindwa kukua kwa

---

10 www.jobortunity.org/imgs/jobortunity%20Brochure%20English.pdf
11 http://projects.tigweb.org/YES-Tanzania/reports/?current=3

Bongo Flava Mkombozi wa Vijana

kuwa hakuna juhudi za makusudi kuzisaidia. Baadhi ya sera zilizowekwa na serikali kama vile sera ya biashara, udhibiti wa pesa za kigeni, shughuli za kupata kibali na kadhalika vimeshindwa kuikuza sekta hii. Hali kadhalika ukosefu wa huduma za kuikuza sekta hiyo kama vile mikopo kumeidhoofisha[12].

Kuongezeka kasi kwa idadi ya vijana

Kuna uhusiano wa karibu baina ya ongezeko la idadi ya watu na maendeleo katika nchi. Katika muda mfupi pengine huenda athari hizo zisionekane haraka, lakini huko mbeleni zitaingusa sana jamii katika muda mrefu. Jamii; huguswa kama mwathirika wa mwisho kabisa.

Jamii ni mkusanyiko wa watu wengi kila mmoja na nafasi yake. Ukuaji wa haraka wa watu katika nchi huleta shida kubwa hasa katika bajeti ya taifa na athari huoneka katika huduma muhimu zilizo katika sekta za afya, elimu, usafiri, na katika sekta nyingine zinazotoa huduma kwa binadamu. Kuongezeka kwa idadi ya watu na ustawi wao katika nchi huathiriana ama kwa namna chanya ama hasi kutegemeana na masuala kadhaa. Kwa Tanzania, kuongezeka kwa haraka kwa idadi ya watu (hususani vijana ambao ndio hasa walengwa katika kitabu hiki), huwa kuna athari zifuatazo walau ndani ya muda mfupi.

i.   Ukuaji wa haraka wa taifa changa; huhitaji ongezeko la moja kwa moja la huduma za kijamii ambazo ni pamoja na elimu, afya. maii. nyumba na makazi.

---

ii. Ukuaji wa haraka wa watu wenye uwezo wa kufanya kazi huhitaji mbinu, uwekezaji wa kina na haja ili vijana hao wenye uwezo wa kufanya kazi wapate ajira siku za usoni.

iii. Ukuaji wa haraka wa kundi la vijana na wa idadi ya watu kwa ujumla (hususani kwenye sera ya kutokomeza umasikini) husababisha kushindwa kuwa na uchumi endelevu nchini.[13]

Suluhu kwa vijana wa Tanzania

Sifa kubwa ambayo inamtofautisha binadamu na wanyama wengine ni nadhari katika ubongo wake. Wanyama wengine (kama ilivyo kwa binadamu) wana ubongo ila ule wa binadamu umeendelea zaidi. Binadamu anapokumbana na matatizo, kwa kawaida hayaoni kama kikwazo cha mwisho, bali hutafuta fursa ya namna yoyote ili kujikwamua toka katika shida inayomkabili. Vijana jijini Dar es Salaam, hususani wale wanaojishughulisha na kazi ngumu kama kusukuma ama kuvuta mikokoteni, husema *"ugumu wa maisha ni kipimo cha akili"*. Kwa hakika usemi huu ni mzuri mno wenye kuhamasisha utendaji kazi kwa bidii zaidi.

Ni kwa mantiki hiyo hiyo ndivyo ambavyo vijana wa Tanzania wanavyoweza kujikwamua toka katika tatizo hili la ukosefu wa ajira. Kuna nafasi anuwai ambazo kijana wa Kitanzania anaweza kuzitumia kujikwamua toka katika tatizo la ukosefu wa ajira, fursa hizo pamoja na nyinginezo nyingi zipo katika sekta kadhaa hasa zile za kilimo, utalii, viwanda n.k. Na hivi karibuni vijana zaidi mijini, wanajikwamua kiajira kupitia sekta ya burudani na

---

13 Ibid (Kama Juu)

Bongo Flava Mkombozi wa Vijana

hasa tasnia ya muziki. Tafiti kadhaa karibuni zimeonyesha kuwa tasnia ya muziki ni moja kati ya shughuli zinazotoa nafasi nyingi za ajira kwa vijana wa Tanzania hususani mijini. Katika fani hii ya

muziki, vijana wengi wanakimbilia katika aina ya muziki wa *Hip Hop* ya Kiafrika ambayo huko Tanzania inaitwa *Bongo Flava*. Mara nyingine kuna maswali na ushindani wa jina hasa la muziki huu lakini jina ambalo halipingiki kwa wadau wengi ni jina la *muziki wa kizazi kipya.(kitabuni nitatumia jina Bongo Flava kumaanisha aina zote za muziki wa vijana)* Kazi hii ya vijana wa kileo imekuwa na masuala fulani ambayo yalihitaji kupatiwa majibu, na hivyo ili kupata habari ambazo ni sahihi zaidi, basi utatifiti ulihitaji kufanywa. Sura inayofuata itaelezea ni kwanini kulifanyika utafiti katika muziki wa kizazi kipya.

2

Kwanini utafiti huu?

- Asiyefanya utafiti hana haki ya kuongea -
Msemo wa Kiingereza

Binadamu hayupo duniani kuhangaika; hivyo watu wengi hujitahidi kuyakwepa matatizo. Naamini na natambua yakuwa binadamu yupo hapa duniani kwa lengo mahususi kabisa, japokuwa katika harakati za kufikia malengo ya maisha yake hukutana na matatizo, asilani hilo si lengo la maisha ya kiumbe huyo mwenye ubongo wenye uwezo mkubwa kupindukia.

Ingawa kuwepo matatizo si lengo mahsusi la mwanadamu, katika ulimwengu wa kitafiti matatizo hayo ndio hasa huchangia kupata majibu ya shida fulani katika jamii. Kwa mantiki hiyo hiyo pia kazi hii ya vijana na harakati zao za kusaka ajira zenye staha, ziliweza kufanyika tu kwa kuwa kulikuwa na tatizo ambalo lilihitaji suluhu ili kuboresha kada fulani ya jamii kupitia kundi hilo moja. Kimsingi jamii yeyote ile hutegemeana na nyingine kustawi.

Tamko la tatizo kusudiwa

Maelezo yasiyokuwa na ushahidi wa kitafiti yameonesha kuwa wasanii wa muziki wa kizazi kipya, japokuwa wanaweka juhudi za kutosha katika kazi zao, hawanufaiki inavyotakikana[14]. Hadi

---

14 Magazeti: Poza, Ibra (2007) Kwaheri yangu(3) Mr.II azungumzia yanayoisibu Bongo Flava **Lete Raha** (Feb 18- Machi 24,)
 Siku hizi kanda ya muziki inauzwa Tsh 1'500 ambapo msanii anaweza kupata Tsh 200 kwa kanda, "na nasikia kuwa wasanii wengine wanalipwa hadi Tsh 100 ama hata Tsh 50 tu kwa kanda moja ".
 Mwananchi Machi 11,(Makene, Boniphace (2007), Nini kimejificha katika muziki wa kizazi kipya?

Sababu za utafiti

wakati utafiti huu ukifanyika hapa kuwahi kufanyika uchunguzi wa kina juu ya muziki wa kizazi kipya na juu ya wasanii ili kuonyesha kuwa mambo haya ni sahihi. Na zaidi ya hayo vyazo hasa ambavyo humpatia msanii kipato chake vilikuwa havitambuliki kitaaluma pia. Utafiti huu ulilenga hasa katika kutambua vyanzo hivyo ambayo havikutambulika vyema hapo kabla na kuangalia vile vile maboresho yanayohitajika katika muziki na kazi hii ya Bongo Flava ili kuifanya iwe ya staha kulingana na viwango vya shirika la kazi duniani.

Lengo kuu la utafiti

Kusudi la msingi kabisa la utafiti huu lilikuwa ni kuchunguza kiutafiti sababu zinazofanya wasanii wa muziki wa Bongo Flava kupata kipato kidogo kinyume na juhudi zao katika kazi hiyo. Kusudi lingine muhimu pia lilikuwa kuangalia maboresho muhimu ambayo yangeiwezesha kazi hiyo, inayofanywa zaidi na vijana, kuwa ajira inayostahiwa.

Ili kusudi hili lifanikiwe ilikuwa lazima kuwe na mikakati ya kuwezesha kufikia malengo hayo. Njia sahihi ya kufanya hivyo ilikuwa kuligawanya lengo katika makusudi madogo

---

-Mwananchi Communications Limited (**2007**), **Mwananchi,** Machi 11,
 Unaposoma makala katika magazeti unachogundua ni kuwa, wasanii karibu wote wanalalamika kwa jinsi wanavyopata kipato duni)

-IPPMedia (2007), Ray C it's hard balancing personal life with the public one, **The Guardian on Sunday,** October 7.
… Kisha kugundua kwamba mfumo wa uuzaji wa kazi za muziki hauna maslahi kwa wasanii hapa nchini, binti huyo ameanzisha mradi ambao utamfanya yeye mwenyewe awe msambazaji wa kazi zake mwe-nyewe…

Bongo Flava Mkombozi wa Vijana

yaliyolitazama kusudi tokea pande tofauti tofauti. Kwa kuwa malengo hayo madogo madogo hugusa pande ndogo ndogo na tofauti tofauti kwa dhumuni la kulifikia lengo kuu, tuliyaita malengo mahususi.

Malengo mahususi

Malengo haya mahususi ambayo yaligusa pande tofauti tofauti kwa lengo la kulifikia lengo kuu, yaligawanywa katika maeneo matano tofauti kama ifuatavyo:

1. Kuvitambua vyanzo vya mapato ya wasanii vijana wa muziki wa Bongo Flava huko Dar es Salaam.
2. Kutathmini sababu za kipato duni kwa wasanii wa Bongo Flava, Dar es Salaam.
3. Kutathmini athari za kipato duni kwa wasanii wa Bongo Flava, Dar es Salaam.
4. Kutathmini mchango wa jamii katika juhudi za kuwakwamua wasanii toka kwenye tatizo la kipato duni.
5. Mapendekezo mbalimbali yenye lengo la kuwakwamua vijana toka kwenye dimbwi la kipato duni.

Ili malengo hayo mahususi yafanikiwe kulikuwa na umuhimu wa kuwa na maswali yanayoelekea kuyafikia. Haya ni maswali ya utafiti; hoja hizo zilisaidia kupatikana kwa majibu ya maswali yake, na lengo kuu kufanikiwa. Maswali hayo yalipanuliwa zaidi kwa namna tofauti tofauti lakini zote zenye nia ya kukusanya kile hasa kilichokusudiwa.

<h1 style="text-align:center">Sababu za utafiti</h1>

Maswali ya utafiti

1. Je, kuna vyanzo vipi vya mapato kwa wasanii vijana wa Bongo Flava jijini Dar es Salaam?
2. Je, ni sababu zipi hasa huwafanya wasanii wa Bongo Flava huko Dar es Salaam kupata kipato kidogo?
3. Je, kipato duni kwa wasanii kinaweza kuwa na madhara yapi katika tasnia ya muziki na jamii kwa ujumla?
4. Je, jamii imetoa mchango upi kupambana na tatizo la kipato duni kwa wasanii?
5. Je, ni mikakati ipi hasa inafaa kuboresha mapato ya wasanii?

Nini umuhimu wa kazi hii?

Matokeo ya kazi hii yalitarajiwa (na yanatarajiwa) kuongeza nyaraka za kusoma katika bahari ya masomo kwenye maeneo mabalimbali ikiwa ni pamoja na yale yanayohusu vijana, kazi, ajira, na muziki huu wa kizazi kipya. Na zaidi, kazi hii ilitarajiwa kuongeza elimu ya muziki huu kwa wadau na katika tasnia ya muziki kwa ujumla katika namna ambavyo wanaweza kuyapangilia masuala na namna ya kuiongoza kazi na shughuli hii ya Bongo Flava. Zaidi ya hayo, utafiti ulitarajiwa (na unatarajiwa) kuwa utasaidia kwa namna moja ama nyingine katika juhudi za kuwa na kazi zenye ajira staha hapa Tanzania. Zaidi, kazi hii inakusudia kuwahamasisha vijana wenye vipaji mbalimbali na hasa wale wenye vipaji vya muziki katika kutambua namna ya kufanya kazi zao za kimuziki kwa umakini zaidi.

Bongo Flava Mkombozi wa Vijana

Vikwazo wakati wa utafiti

Uchunguzi huu, (hasa wakati wa ukusanyaji wa takwimu takikana), ulikutana na vikwazo kadhaa ikiwa ni pamoja na hatua ya mtu mmoja mmoja na pia katika hatua ya taasisi. Wakati vituo vingi vya redio vilimpokea mtafiti kwa furaha na bashasha kubwa, kuna vituo vya radio na taasisi zilizokataa kabisa kutoa ushirikiano ikiwa ni pamoja na kumkatalia mwandishi kupata habari alizohitaji toka kwao. Baadhi ya wasanii hawakuwa tayari kabisa kufanya usaili (mahojiano) ama kutoa ushirikiano kwa mwandishi, na wengine walikubali tu baada ya kupokea "chochote". Ukusanyaji wa habari za kitafiti toka kwa wauzaji wa kanda za muziki mitaani ulikuwa mgumu na hivyo kuuchelewesha uchunguzi. Kwa hakika dhaifu mbalimbali katika tafiti ni suala linalohitaji kurekebishwa ili jamii yetu iendelee - jamii inayofanya tafiti, ama inayoshiriki katika tafiti ina nafasi kubwa zaidi ya kupiga hatua kubwa za kimaendeleo kuliko isiyoshiriki. Jamii yetu inahitaji maelekezo na elimu juu ya tafiti kusudi iweze kuchangia na kusaidia tafiti mbalimbali zenyelengo la kuboresha maisha kwa namna moja ama nyingine.

3

Nadharia iliyotumika kuuongoza Utafiti

- Aulizaye njia hapotei-
Msemo wa Kiafrika

Kazi hii iliongozwa na nadharia mpya iliyobuniwa hivi karibuni na shirika la kazi duniani (SKD/ILO). Imeanzishwa na shirika hilo na kuungwa mkono na jumuiya ya kimataifa. Nadharia ya kazi zenye staha ilikubalika (na inakubalika) sehemu nyingi duniani kwa kuwa kazi zenye staha huchuma kipato chenye kufaa kwa wanawake na wanaume katika hali ya uhuru, usawa, usalama na heshima ya kibinadamu. Kazi zenye staha hujihusisha na nafasi za kazi zenye kuleta kipato cha haki, kinachokubalika, na hutoa ulinzi katika eneo la kazi ulinzi wa kijamii wa wafanyakazi na familia zao, hutoa fursa binafsi za kujiendeleza, zinazoruhusu kujihusisha na jamii, kuwapatia watu uhuru wa kutoa maoni yao, kupangilia na kushiriki katika maamuzi yanayogusa maisha yao, na kuwatendea wote kwa haki[15] (ILO 2007)

Kazi zenye staha ni ajenda iliyo kamilifu na iliyoboreshwa na yenye mtazamo wenye malengo ya kusaka ajira zizaazo na zenye staha kwaajili ya wote: wanawake kwa wanaume, vijana kwa watu wazima katika maeneo ya ngazi zote; kikanda, kitaifa, kidunia,

---

15 ILO (2007), *Toolkit for mainstreaming employment and decent work*/United Nations System Chief Executives Board for Coordination Geneva, International Labour Office, First edition 2007

na hata nafasi mahalia. Ajenda hii ina nguzo kuu nne: *uzalishaji wa ajira na ustawi wa shughuli za kibunifu, ulinzi wa kijamii, viwango vinavyokubalika na haki kazini* na utawala na *nafasi ya mjadala kazini*. Kazi zenye staha zimejengwa ndani ya kanuni na haki za kimsingi kabisa. Katika utendaji ni malengo yenye dhima ambayo hubadilika huku yakiakisi mabadiliko katika nyanja anuwai zilizo katika hatua mbali mbali za kimaendeleo ya nchi tofauti tofauti, bila kudharau hatua hizo. Kazi zenye staha huchanganya pamoja kanuni mbalimbali pamoja na nguzo zake kuu nne ili kupata matokeo mazuri na yenye tija.[16]

Kitabu hiki kinaongozwa na nguzo kuu mbili kati ya zile nne. Nguzo hizo mbili ndizo zitakazotumika zaidi katika majadiliano; *uzalishaji wa nafasi za ajira* kwa wanawake na wanaume na *kuimarisha mijadala ya pande tatu* ambazo ni; mfanyakazi, mwajiri wake na serikali. Uzalishaji wa ajira utaelekea kwenye uchumi kuzalisha nafasi za uwekezaji, ujasiriamali, na kuwezesha maisha ya watu (ILO 2003).[17]Ni kupitia kuongezeka kipato cha mtu binafsi ndicho kitakacho mwezesha mwanadamu kutoka kwenye umasikini. Kuimarisha pande tatu na kuboresha mijadala na mazungumzo kutasababisha kuongezeka kwa uzalishaji na kupunguza migogoro kazini na hatimaye kujenga jamii zenye kushikamana. Kupitia (Chama cha wafanyakazi) mazungumzo ya pande tatu, masuala ya haki na wajibu wa pande zote, usalama wa mfanyakazi na mengine ya manufaa kwa pande zote yatajadiliwa.

Bongo Flava ni shughuli inayotoa nafasi za ajira kwa vijana[18].

16 Ibid
17 ILO (2003)
18 Casco (2006)

Bongo Flava Mkombozi wa Vijana

Hata hivyo Bongo Flava inatakiwa iwe na tamaa na malengo ya kuzalisha ajira zenye staha kwa vijana wa kiume na wa kike. Ili msanii aweze kujiajiri kupitia muziki huu wa kizazi kipya na kupata kipato kinachoelekezwa na kazi zenye staha, kijana huyu hana budi kuwa na bidhaa zenye thamani kubwa sokoni. Kuna vigezo ambavyo vikifuatwa inavyotakiwa ndivyo vitaifanya Bongo Flava iwe kazi yenye staha; kazi zote zenye staha huhitaji elimu na mafunzo endelevu.[19] Ili waweze kuifanya kazi hii kama chanzo cha ajira zenye staha (kwa mantiki tuliyoiona), vijana na wasanii wote waliomo ndani ya muziki huu wa kizazi kipya lazima wapate elimu takikana. Elimu hiyo yafaa iwe ni mafunzo maalum; ujuzi huo utahusisha ustadi wa wasanii (utaalamu), utayarishaji wa muziki, elimu ya muziki na elimu ya masomo ya biashara kwa ujumla, na uanzishaji ama uimarishaji wa chama cha wasanii.

- **Stadi kwa wasanii**: ili kwamba mwanamuziki awe na uwezo wa kutayarisha na kuzalisha nyimbo nzuri na zenye ushawishi sokoni, basi atahitajika kuwa na kipaji cha muziki, elimu ya muziki ama vyote kwa pamoja. Muziki bora ambao unatoka kwa msanii mwenye kipaji, elimu ya muziki ama vyote kwa pamoja, unahitaji elimu ya muziki husika. Mafunzo hayo na juhudi nyingi binafsi zitamuimarisha msanii wa muziki wa kizazi kipya na hivyo kuifanya kazi yake kuwa kazi yenye staha kwa kuwa kazi zote zenye staha huhitaji elimu na mafunzo endelevu.

---

19 ILO (2003)

- **Utayarishaji wa muziki:** pamoja na msanii kuwa na kipaji na / ama elimu ya muziki, bado atatakiwa afanikishe vigezo vingine vyenye kukubalika popote pale sokoni ili awe na muziki fanisi. Msanii atahitaji mtayarishaji wa muziki mwenye ujuzi murua, vyombo bora vya muziki, yeye mwenyewe ajue namna ya kuandaa muziki mzuri, elimu ya muziki na ufundi mwingine ambao hufunzwa katika shule za muziki[20]. Nchini Tanzania, bahati mbaya kwa wasanii na wanamuziki, kuna shule chache mno zinazotoa elimu na teknolojia ya muziki. Hali hii kwa hakika inaweza kuleta shida kwa vijana wenye vipaji na walio tayari kupata mafunzo maalumu-mafunzo hayo yangewafanya wawe wasanii bora kabisa[21]. Ukosefu wa shule hizi unasababisha kuwa na wasanii wasio na ujuzi takikana na hivyo kuwa na kazi duni na kwa hiyo kutoshindana vyema kwenye soko.

- **Mauzo ya kazi:** uuzaji wa kazi ni mchakato ambao kupitia kwayo msanii hupeleka kazi zake sokoni kwa kusudi la kuziuza. Kazi hizo hujumuisha pamoja na shughuli zingine kanda na CD zao wasanii. Ili msanii aandae kazi nzuri na zenye ushawishi sokoni basi kuna wadau kadhaa ambao wanahitajika.

  a. Mfadhili ni mmoja wa wadau hao: katika soko la muziki hapa Tanzania kwa kawaida huyu ni mtu anayeufahamu kwa kiasi Fulani muziki na anaweza kugundua vipaji na kuvikuza kwa lengo la kumsaidia kijana husika

20 Music Encarta (2005)
21 URT (2007) The National employment Policy, Government Printers

Bongo Flava Mkombozi wa Vijana

b.Wacheza muziki yaani maDj na watangazaji katika radio: wadau hawa wana jukumu la kuwatambulisha na kuwafanya wasanii watambulike kwenye jamii na kwa wateja na wapenzi wa kazi zao

c.Wasambazaji muziki: hupitia mikataba baina ya msanii na msambazaji wana jukumu la kusambaza kazi za wasanii katika mfumo wa jumla ama rejareja, na yote hutegemea makubaliano kwenye mkataba.

d.Wachuuzi: hawa ni wadau wadogo wadogo ambao hupita mtaa mmoja hadi mwingine ili hali wakiuza kazi za wasanii mara nyingi kwa rejareja.

- **Chama cha wasanii:** chama hiki kina nafasi ya kutenda majukumu mengi yakiwa na lengo la kuboresha kazi za vijana wa kike na wa kiume ili wageuze kazi zao kuwa ajira yenye staha. Chama hicho kitaweza, kwa mfano, kusaidia kutambua na kuvikuza vipaji halisi toka kwa vijana wenye ari ya muziki huu kupitia elimu na mafunzo ya muziki. Zaidi ya yote, kupitia chama chao, wasanii wanaweza kupanga na kujipangilia kutambua na kudai haki za kisanii zitokanazo na kazi zao.

Kupitia kazi zenye staha na hasa kwa kuzingatia maelekezo yanayotolewa katika zile nguzo nne, itakuwa rahisi kwa vijana na watu wote kwa ujumla kupata kipato stahiki. Katika sura inayofuata tunaangalia misamiati inayotumika katika kitabu hiki ili msomaji usome kwa urahisi na kuelewa kila kinachojadiliwakitabunihumu.

4

Maelezo ya Misamiati Muhimu Kitabuni

- Kila mtu ana lake jina -
Msemo wa Kiafrika

Muziki na majukumu yake

Kunaweza kuwa na maelezo ya namna nyingi hata kulingana na idadi ya watu pale inapotakiwa kujua muziki ni nini. Hata hivyo kwa lengo mahususi kabisa la kitabu hiki na kuondoa fasili nyingi za watu lukuki, kuna namna rasmi ambazo hutumika kuelezea mambo, kwa mantiki na mtazamo huo basi *muziki ni sauti iliyopangwa na inayosafiri katika mfululizo na katika muda maalum.*

Muziki upo wa aina anuwai, kutokana na maeneo ya kijiografia ama ya kihistoria. Kama lugha, kila jamii ina aina yake ya muziki, ambapo mawasiliano ya kimuziki hufanyika na kama jinsi ambavyo lugha hufunzwa kwa wageni, hali kadhalika muziki shurti uwe na mafunzo na kueleweka. Dunia nzima uanamuziki huhitaji kipaji, ujuzi maalum ama mafunzo na pia juhudi. Hakuna ushahidi wowote duniani unaoonyesha kwamba uwezo mkubwa wa muziki ama unapatikana katika jamii au katika aina fulani tu ya jamii. Tofauti iliyopo kimafanikio ni matokeo tu ya tofauti katika teknolojia, uzamivu katika muziki na pia umuhimu unaowekwa katika muziki na wasanii ama wanamuziki husika. Vipaji binafsi vya muziki vinapatikana kwa watu tofauti tofauti na wa maeneo anuwai kote duniani[22].

22 Woodall, Laura and Brenda Ziembroski, (2002), Literacy through Music

18

Muziki, aghalabu una matumizi mengi na anuwai. Kila jamii inazo shughuli zisizoweza kufanyika bila ya muziki. Muziki ni kiungo muhimu katika shughuli za kidini, matambiko, tamthiliya, na burudani. Japokuwa kazi nyingine si bayana muziki huwafanya watu wajione kuwa wa kundi fulani.

Muziki hufunzwa toka elimu ya awali hadi kiwango cha sekondari, bara Marekani na Ulaya. Wanafunzi huhusishwa na muziki kwa kuwa muziki hufunza stadi za msingi mathalan umakini, kuhesabu, kusikiliza na ushirikiano, huku ukikuza uwezo wa kuelewa lugha na kuboresha kumbukumbu ya mambo, hujenga pia mazingira ya kujifunza kwa urahisi masomo mengine[23].

Leo hii tasnia ya Muziki inatoa fursa za ajira duniani kote. Tasnia hii ni shughuli ya makampuni na watu binafsi ambao kwa pamoja wanashiriki kuwanyanyua watoa burudani na pia kuuza muziki uliorekodiwa. Chanzo cha biashara hii kipo katika *"sheet-music"* ambao ulianzishwa karne ya 19, na kwa makampuni ya kurekodi ambayo ndiyo yenye uzito mkubwa katika biashara hii yaliibuka karne ya 20 toka kwa watengeneza vifaa vya kuhifadhia sauti na watengeneza vifaa vya filamu – katika tasnia ya filamu[24]

Bongo Flava:

Bongo Flava ni aina ya muziki. Ni muziki mahususi hasa kwa vijana- "muziki wa kizazi kipya" kama unavyotambulika. Ni

23 Ibid (Kama juu)
24 Stuart Bailie (2005), Music Industry

Bongo Flava Mkombozi wa Vijana

aina ya muziki unaoendana na vionjo vya *ki-* hip hop, ambao japokuwa dunia haikuutambua sana, ndio hasa umekuwa muziki wa *"pop"* (maarufu) unaokubalika zaidi Afrika mashariki. Muziki huu umekuja baada ya kipindi cha majaribio ya siasa za ujamaa nchini Tanzania, na kuongezewa nguvu na vituo vya redio za binafsi nchini Tanzania na hususani jijini Dar es Salaam.

Kuhusu mwanzo hasa wa neno *bongo*; kuna nadharia kadhaa lakini kwa makusudi ya kitabu hiki tutatumia ile iliyo katika kazi kadhaa. Jina Bongo linatokana na neno la Kiswahili ubongo. *Bongo ni jina la utani la Dar es Salaam*, likimaanisha kuwa mtu anahitaji akili nyingi sana ili kuweza kuishi katika jiji hilo. Kuna watafiti kadhaa ambao wameandika kwa kiasi fulani juu ya Bongo Flava. Mtafiti mmoja wa masuala ya muziki huu ndugu Masonga Mkoli, anasema kuwa *Sarehe Eljabir* ndio hasa mtanzania wa kwanza kutumia midundo ya *ki*Marekani kuweka maneno ya Kiswahili. Ni dhahiri kuwa muziki huu umeendelea na kustawi kutokana na sababu kadhaa, na moja ya sababu hizo ni ubunifu na jitihada za wasanii binafsi.

Hayati James Dandu ni mmoja wa wasanii vijana waliotumia uwezo na juhudi zao binafsi kuustawisha muziki wa Bongo Flava. Alikuwa miongoni mwa wanachama wa kundi la muziki wa *"rap"* ya Afrika Mashariki lililokuwa na makazi yake huko nchini Sweden na ambalo lilijulikana kama "Swahili Nation" Dandu aliimba Kiingereza, Kiswahili na Kisukuma. Alishinda tuzo ya Kiskandinavia, iliyosaidia kuitambulisha dunia muziki wa "rap" ya Kiswahili. Muziki wake ulibeba vionjo kadhaa vya muziki wa kijadi, ngoma na pia mitindo mingine ya Hip Hop ya Kimagharibi. Mafanikio ya Dandu katika rapu ya Kiswahili yaliwavutia wana Afrika Mashariki wengi. Kupitia udhamini wa kampuni yake **The Dandu Planet** iliyokuwa na makazi yake huko Sweden, James alifanikiwa kufyatua albamu nyingi zaidi huku akitumia mchanganyiko wa Kiswahili, Kiingereza kilingala, na lugha ya kabila lake la Kisukuma. Aliwaalika pia baadhi ya wasanii maarufu toka Jamhuri ya Kidemokrasia ya Kongo mathalani: - Koffi Olomide na Madilu System. Baada ya muziki wake wa *Hump and Sump* kupata tuzo mbili huko Ulaya, wanamuziki wa Tanzania walihamasika kuimba kwa Kiswahili[25].

Maoni mengine yanaonyesha kuwa Bongo Flava ni aina ya muziki wa Hip hop hapa Tanzania ambao uliibuka kutokana na mlipuko wa muziki huo nchini. Fani hii huchanganya "R & B", rumba, taarabu na muziki wa kikongo.

Bongo Flava ni matokeo ya bidii na juhudi za vijana katika kutafuta ajira zenye staha. Vipaji, muziki, ubunifu, ushawishi toka nje, udadasi wa vijana, na uchumi huria ambao ulianzisha vituo vingi vya radio na runinga, kwa pamoja sababu hizi zilichangia kuzaliwa kwake. Tasnia ya Muziki, ni moja kati ya tasnia zinazovutia na kutoa kipato cha kufaa kwa wasanii wanaofanya vyema kazi zao. Hali hii imeondoa tatizo lililokuwepo hapo kabla,

---

25 Mkoli, Masonga (2005), The Dramatic Elements in Bongo Flava Musical Video Perfomances

Bongo Flava Mkombozi wa Vijana

ambapo asilimia kubwa ya wanamuziki walikuwa watu maskini, na waliokata tamaa. Hali ya sasa ni tofauti na kipindi kilichopita kwa kuwa wasanii wa Tanzania wameongeza uwigo wa soko la kazi zao. Soko lao linakwenda sasa Afrika Mashariki yote na hata nje zaidi. Wasanii kama vile Mr. Nice, TID, Wagosi wa Kaya, walivuna karibu ya US$30,000 kutokana na kanda / santuri zao za muziki – kwa hakika hiki si kiasi kidogo cha fedha kwa msanii wa muziki wa kizazi kipya kujipatia[26].

Aina hii ya muziki haikuwepo hapo awali, na kwa kuwa ni kitu kipya, kama inavyokuwa kwa chembe ngeni katika mwili wa binadamu ambayo hatimaye huleta mapigano ama mabadiliko mwilini hali kadhalika, Bongo Flava imechangia malipo mazuri kiasi, kwa baadhi ya wasanii, kuwepo kwa mabadiliko mbalimbali katika shughuli nzima ya fani hii. Muziki sasa umekuwa ni wa kiuchumi/ kibiashara zaidi na pia kujenga baraza linalozaa fikira (mawazo) pana na mapya. Taifa lolote lililoendelea lazima liwe na fikira zake lenyewe - vijana wanashiriki kuzalisha fikira zenye changamoto kwa jamii. Muziki huu wa kizazi kipya umeelezewa kwa namna kadhaa na watu mbalimbali. Tutaangalia mawazo hayo tofauti tofauti katika sura ifuatayo.

---

26 Suleyman, Miguel (2004), Seventies Music Is All the Range Again

5

Mitazamo anuwai juu ya muziki wa kizazi kipya

- Akili ni nywele, kila mtu ana zake -
Methali ya Kiswahili

Mapinduzi ya Kifikira

Wasanii wa kitanzania wana historia ndefu tu ya kujadili, kuchangia, kupitia nyimbo zao katika masuala ya kisiasa na kijamii. Tabia hii inakwenda mbali kitaifa hata kabla ya uhuru wa Tanganyika mwaka 1961. Wasanii wengi wa muziki wa mwambao, Taarabu na wale wa muziki wa dansi waliimba nyimbo zilizoelezea maisha ya jamii hususani zile za mijini, na haya yalijumuisha masuala mengi ya maisha ya kila siku. Mara baada ya kuurudisha uhuru wetu toka kwa wakoloni, wasanii wa Taarabu na dansi walibadilisha namna yao ya muziki. Mara nyingi, hususani katika kipindi kile cha majaribio ya ujamaa, mashairi mengi yalisifia na kuipamba serikali[27]. Tasnia ya muziki, kwa karibu hasa, ilimulikwa na serikali kupitia radio na kituo chake cha kunakilisha/kurekodia muziki. Wasanii wengi ama karibu wote, walitakiwa kwenda Radio Tanzania Dar es Salaam (RTD) kurekodi muziki wao. Mashairi yao yalitazamwa na mtaalamu na mara nyingi kazi ambazo hazikuwa na mwelekeo wa kusifu na kupongeza mfumo wa siasa uliokuwepo, zilirekebishwa.

Kwa upande mwingine, toka mapinduzi ya kimuziki kufanyika, Bongo Flava imewawezesha wasanii kutoa mawazo yao tofauti na awali. Suala hili limewezekana kutokana na kuongezeka na

27 Perullo, Alex (2005) "Hooligans and Heroes: Youth Identity and Hip – Hop in Dar es Salaam, Tanzania

Muziki wa kizazi kipya

kuibuka kwa vituo vya kurekodia na radio binafsi zilizoibuka miaka ya mwanzoni mwa 1990. Kutokana na vijana wa Bongo Flava kuongea kwa uwazi kilicho moyoni mwao, wanamuziki na wasanii wa taarabu na muziki wa dansi nao pia wamejikuta wakiingia kwenye lindi hili la kuimba kwa uwazi na kutoa mawazo yao kama yalivyo. Mashairi yao kwa sasa yapo wazi na huru zaidi[28]. Ushawishi wa mabadiliko katika jamii ulioletwa na muziki wa vijana haukuishia tu katika uwazi wa mawazo, bali pia katika tamaduni.

Mapinduzi ya Kitamaduni

Katika jamii nyingi za Kiafrika, jukumu la kufundisha, kuongoza, kutawala ama kwa ujumla wake wote tuseme tu mamlaka, ilikuwa ni haki na mali ya baba-mzee katika jamii. Vijana na wanawake, kwa pamoja walikuwa ni wasaidizi na washiriki tu wa daraja la pili[29]. Mabadiliko kwa asili yake huanza kwa kupitia masuala mbalimbali ambayo kimsingi huwa ni kama ukombozi kwa wanaohangaika na, ambao kawaida huwa ni wengi dhidi ya wachache wanaonufaika. Mabadiliko ama mapinduzi huweza kuwa na vyanzo mbalimbali; muziki huu wa kizazi kipya ni moja kati ya michango hiyo. Huko Senegal, kwa mfano, ambapo muziki huu una nguvu pia, wazazi wengi hawakuupatia nafasi yoyote ya maana awali, lakini sasa ni kinyume kabisa. Wazazi wamegundua na wanaona kuwa vijana hawa wana majibu ya maswali muhimu ya wakati huu na ya vizazi vijavyo.

---

28 Ibid (Kama juu)

29 Mendosa, Eugene (2001), Continuity and Change in a West African Society Globalization's impact on the Sisala of Ghana

Bongo Flava Mkombozi wa Vijana

25

Vijana hawa wa Senegal, Kenya, Afrika kusini na sehemu nyingine barani kote wanachangia katika mapinduzi ya kifikra, suala la msingi kabisa kwa maendeleo ya watu kama wanavyotaka. Bongo Flava ni aina ya muziki uliogeuka kuwa sauti ya wasioweza kuongea kudai na kupigania haki zao - kundi hili la vijana linapigana kwa sauti ya juu kabisa kuleta haki zao za jamii. Madai haya ni pamoja na huduma za kijamii kuboreshwa na kila raia nchini kupata anachostahili[30]. Kundi la vijana lina mabalozi wengi wanaopigania na kudai haki za kijamii na za kisiasa. Wanapigania haki hizo si tu kwa matakwa yao binafsi bali kuwakilisha vijana wengine na jamii nzima hususan hohehae wasiokuwa na namna ya kujieleza kwa wahusika.[31] Wasanii huandika mashairi juu ya matatizo yanayoikumba jamii mathalani: ukosefu wa ajira kwa vijana, kuanguka kwa ubora na viwango vya elimu, umasikini, uhaba wa huduma bora za kiafya na ubadhirifu wa mali za umma (rushwa) unaofanywa na baadhi ya viongozi wao[32].

Vijana wengi, hususani mijini, huitana "mzee" hii ni kama jina la kiutani tu, lakini kwa namna nyingine inaashiria jinsi ambavyo vijana hao wanavyochukua mamlaka ya wazee kwa mantiki na malengo mazuri tu ya kuielekeza, kuionya na kuikanya jamii pale inapotakiwa kufanya hivyo[33] (Perullo 2005)

---

30 IPP Media (2005)
31 Perullo (2005)
32 Casco Saavedra, Jose Arturo (2006), "The Language of the Young People Rap, Urban Culture and Protest in Tanzania"
33 Perullo, Alex (2005)

Muziki wa kizazi kipya

Bongo Flava na Kiswahili:

Soko la muziki wa kisasa huko Marekani lilifanikiwa kuwaunganisha Wamarekani wote ikiwa ni pamoja na wale wa asili ya Afrika licha ya ubaguzi uliokuwepo huko Marekani hususani dhidi ya mtu mweusi. Wanamuziki wote ambao walipata mafanikio makubwa katika muziki (kimauzo) na waliokuwa tayari kushindana na soko la Kimarekani na Uingereza, walilazimika kuimba Kiingereza. Hapa tuwakumbuke wanamuziki kama Bob Marley, Abba, hata Julio Iglesias, mwana muziki aliyefanikiwa sana kimauzo wakati fulani (ingawa yenye Mspanyola), walilazimika kuimba Kiingereza. Celine Dion, msanii toka Kanada nchi ambayo watu wake huongea Kifaransa na Kiingereza (Yeye atoka upande unaoongea kifaransa) naye pia alihakikisha kuwa analikamata soko hilo kwa kuimba Kiingereza[34]. Huku duniani kote wasanii wakikimbilia kuimba kwa Kiingereza, wasanii wa Kitanzania, wa muziki wa kizazi kipya, (japokuwa walichagizwa, kwa namna fulani na vijana wa Marekani) wao waliimba kwa lugha yao ya taifa ya Kiswahili badala ya Kiingereza.

Hii ni hoja inayohitaji maelezo kiasi; kwanini wasanii hawa huimba kwa Kiswahili na si Kiingereza? Pamoja na sababu nyinginezo nyingi Kiingereza si lugha yenye mizizi vile kwa vijana wengi (hususani wasanii wa Bongo Flava) hawajafikia hatua ya kuimba kwa lugha hiyo. Lakini hata kama hawajakitawala Kiingereza na kufikia hatua ya kuimba kwa lugha hiyo, kinachowafanya

---

34 Garofalo, Reebee (1999)

Bongo Flava Mkombozi wa Vijana

kuimba Kiswahili ni uzalendo na hivyo kutoa mfano wa kufuatwa na wananchi wengine. Japokuwa wasanii wa Bongo Flava hawajawashinda wale wa Marekani katika mauzo, wamefanikiwa kuimba kwa Kiswahili. Kuimba kwao kwa Kiswahili, kumeamsha mwamko mpya wa lugha hii hususani katika jamii ya vijana wa eneo zima la Afrika Mashariki. Sababu kuu za kuimba kwa Kiswahili ni kwamba hiyo ndiyo lugha inayofahamika na kueleweka vyema na watu wengi. Hata hivyo sababu kubwa ya kimuziki ni iliyo katika dhamira kuu la Hip-Hop. Muziki huu hulenga hasa maisha na matatizo ya kila siku ya mwananchi wa kawaida na mwananchi huyo anaweza tu kuupata ujumbe kupitia lugha anayoielewa vyema.[35]

Namna Anuai za Usomaji wa Bongo Flava

Bongo Flava pamoja na kuwa sanaa ya muziki; imekuwa ni stadi ambayo inaweza ikasomwa na kufunzwa kwa jamii na kwa wote wanaopenda kuifahamu. Kwa mantiki hiyo basi kuna namna anuwai za usomaji wa kozi hii ya kijana wa Tanzania, kama ambavyo waandishi wa habari, wanavyokuwa na vichwa habari tofauti tofauti. Na ndivyo sanaa hii inavyoweza kusomwa na kutazamwa kwa namna tofauti tofauti na wataalamu wa taaluma mbalimbali.

Mtazamo wa Kijinsia

Katika utafiti alioufanya kama sehemu ya masomo yake msomi mmoja wa mambo ya kijamii Cecilia Ungele, aliangalia masuala

---

ya kijinsia katika Bongo Flava. Anatuambia kuwa ushiriki wa wanawake katika fani hii mdogo mno. Mtafiti huyo anaitupia lawama jamii na mfumo dume kwa kusababisha wanawake wachache tu washiriki. Aidha anasema kwa majukumu ya kifamilia (matokeo ya mfumo dume) ndiyo hasa, sababu ya mchango duni wa wanawake katika muziki. Uduni huo anausisitiza, upo hata pale wanawake wanaposhiriki katika kazi hiyo; wengi hufanya zaidi kazi za usaidizi kuliko kazi yenyewe ya muziki. Wanaoshiriki katika muziki wengi ni ama wanenguaji, waitikiaji sauti au kijumla wenye majukumu ya usaidizi tu. Ushiriki huu unakwenda hata kwenye vituo vya kurekodia muziki wenyewe ambapo wasichana wengi ni wapokeaji wageni, wafagiaji na kadhalika.

Kitamaduni

Utamaduni unajumuisha namna yote ambayo mwanadamu anafanya shughuli zake za maisha katika kipindi fulani tu cha maisha yake ikiwa ni pamoja na tabia, imani, lugha yake na kadhalika[36]. Bongo Flava imekuwa ni namna fulani ambayo vijana na jamii wanaishi, kwa mantiki hiyo ni sehemu ya utamaduni katika jamii yetu. Utamaduni ni kati ya masuala muhimu yenye nafasi ya kuchangia katika maendeleo ya watu husika na wa mahali fulani. Dunia, kwa ujumla, inafahamu umuhimu na mchango wa utamaduni katika suala la maendeleo.

Serikali yetu, kupitia Baraza la Sanaa Tanzania (BASATA), ilitambua hilo, pale ilipoandaa semina mahususi kuongelea suala

---

36 Encarta(2005)

Bongo Flava Mkombozi wa Vijana

la maadili ya kimuziki[37]. Suala hili ni kati ya masuala muhimu ya kuzingatia kwa wasanii hawa vijana wa Bongo Flava. Katika Bongo Flava tunakutana na utamaduni wa kisasa kwa kuwa unachanganya vya nje na nyumbani. Hata hivyo, namna hii ya utamaduni imeenea kutoka kwenye ubunifu na utayari wa vijana kote duniani katika harakati zao za kujikwamua kifkra na kiuchumi. Tunaweza kusema pia kitamaduni (utandawazi huu) aina hii ya muziki imetapakaa kote barani Afrika. Kenya huitwa "Genge," Afrika kusini "kwaito" ilhali Tanzania ni "Bongo Flava"[38]. Muziki ni fani muhimu ya kuelezea na kutambulisha utamaduni mahalia (Development works, 2004).

Kama tulivyoona, dunia yote inatambua umuhimu wa utamaduni katika maendeleo. Bahati mbaya sisi hapa nchini tumechelewa kugundua umuhimu huu, kwani kukubali mabadiliko haya kuna kuja pale ambapo dunia, (kupitia upepo wa utandawazi) inashuhudia mabadiliko ya kisiasa, kijamii na kiuchumi. Kwa mantiki hiyo basi, huu ni muda muafaka kwa Watanzania na kila mmoja wetu kujinufaisha kiuchumi kupitia tamaduni zetu[39]. Kufaidika kupitia tamaduni kuna faida mara dufu; kwanza tunaimarisha hizo tamaduni zenyewe, na pia kujipatia kipato. Nadhani vijana na wasanii wetu wamesoma vyema alama za nyakati.

---

37 IPPMedia (2005)
38 Wanguhu (2006)
39 IPPMedia (2005)

Muziki wa kizazi kipya

Kisosholojia

Wataalamu wa muziki huu, wanauona kama jambo linalovuka mipaka mingi. Awali ulidhaniwa kuwa ni kazi ya kihuni tu na tena ya watoto wachache wa mijini walioharibikiwa kutokana na malezi hafifu ya wazazi matajiri na wasiokuwa na muda wa kutosha kuwalea watoto wao[40]. Hivi sasa linaonekana ni mali na wala si kama ilivyokuwa kipindi hicho. Muziki huu umevuka mipaka ya kidini; kwa kuwa ni vijana wa dini zote wanaojishughulisha nao, umevuka mipaka ya makabila; na kwa vile ni mchanganyiko mkubwa wa vijana wanaoimba umevuka hata mipaka iliyowekwa na wakoloni; mipaka ambayo viongozi wa kisiasa hawawezi kuivuka bila ruhusa ama taarifa maalum, vijana hawa wameivuka bila kikwazo. Suala la kuvuka mipaka mingi vile, bila shaka linaletwa na ujumbe wa kazi hizo.

Kupitia kazi hii, vijana wanaweza kutoa maoni na mawazo yao. Ukichambua kwa karibu na kwa makini kabisa jinsi maisha yalivyo hii leo utagundua kuwa vijana wapo kwenye shinikizo zito ambalo linawalazimu kutafuta mbinu za kuishinda misongo hiyo. Ukosefu wa ajira, kazi zenye ujira duni, rushwa, miundombinu duni, huduma duni za kiafya na mengineyo mengi, yanawafanya vijana kuyatafutia suluhu kwa namna ambayo watu wengi wazima huwaona kama watukutu, wakorofi na wasio na nidhamu.

Ndio maana wanapokemea maovu na uonevu katika jamii

---

40 Mangesho, Peter (2003) Global Culture Trends: the case of hip hop music in Dar es Salaam

Bongo Flava Mkombozi wa Vijana

wanaonekana wahuni[41]. Tafiti zinaonyesha kuwa matatizo ya kijamii yanasababisha vijana kudai haki zao kwa namna ya vurugu na kwamba Hip hop mara nyingine huonekana kama uhuni tu wa vijana; tatizo la mtazamo huu si la Tanzania tu bali nchi nyingi. Hata hivyo watafiti wengine wanasema muziki huu kwao ni kama kitendea kazi cha kuelezea matatizo yanayowakumba na pia namna ya kuionyesha dunia kwamba wana vipaji (IPP Media 2005).

Kiuchumi

Unapopitia kazi zinzohusu muziki huu, utagundua kuwa ni masuala ya kitamaduni zaidi ndio yanaongelewa ila hali yale ya kiuchumi, yakipewa nafasi ndogo tu. Tunaelewa kuwa mabadiliko makubwa yaliyopo katika tasnia ya muziki hapa Tanzania, yamesababishwa na sababu za kiuchumi. Muziki huu, unawapatia vijana fursa ya kujipatia kipato katika namna ambayo wanamuziki wa zamani wasingeweza kufikiria. Siku zote katika maisha muhimu ni fursa; kuna watu wenye uwezo mkubwa wa kutenda mambo makubwa na yenye manufaa sana tu kwa jamii lakini kwa kuwa hawajapatiwa (hawana) nafasi basi, uwezo wao haujidhihirishi. Fursa ya wasanii wa kizazi kipya kunufaika kiuchumi zaidi kuliko wale wa awali; kumechangiwa na kusambaa kwa vyombo vya habari, hususani vituo vya radio. Wasanii, hawa wa Tanzania sio tu hujitangaza kupitia radio na televisheni (runinga) bali pia kazi zao kwa sasa zinatunzwa katika CD na DVD. Hizi ni namna za kisasa kabisa ambazo zinaipiku ile

---

41 Perullo, Alex (2005)

Muziki wa Kizazi kipya

namna ya utunzaji wa kale kutumia kanda za redio[42].

Vile vile vijana huwa wamekuwa wabunifu zaidi kwa kuweza kuyashawishi makampuni mbalimbali na kufanya nayo kazi. Kwa kuwa wote wapo katika matatizo ya kijamii, vijana hawa hukaribisha vijana wageni katika sanaa hii ili kuonyesha pia vipaji vyao[43]. Mtazamo huo wa kushirikishana ni nadharia ambayo ingeweza kutumika kwa masuala ya kimaendeleo duniani kote. Vijana wanafanya kazi kwa kushirikiana na kwa kushirikisha fani nyingine mbalimbali[44]. Mfano mzuri hapa ni ule wa filamu ya "Vice-wife" ambayo imetengenezwa kutokana na wimbo wa Kiswahili uitwao "nyumba ndogo" filamu hiyo itaonyeshwa huko Uingereza na Marekani. Haya yote yana lengo la kulitafuta soko la kimataifa, si tu kwa filamu hiyo bali pia kwa muziki huu maarufu wa kizazi kipya.

---

42 Casco Saavedra (2006)
43 Casco Saavedra et al (Omary, Nyibitanga)
44 Business Times (2005)

6

Taratibu za Utafiti

-Kawaida ni kama Sheria –
Methali ya Kiswahili

Utafiti wa kazi hii ya wasanii wa muziki wa kizazi kipya Dar es Salaam ulifanyika kama sehemu ya masomo. Hivyo ilikuwa lazima kuwepo taratibu kadhaa za kufuata ili kutimiza malengo na taratibu za kitafiti. Hata hivyo kitabu hiki kinaandikwa kwa namna rahisi ili kila msomaji akielewe na kutoa maoni na mchango wake kama apendavyo.

Mtindo wa utafiti

Katika utafiti suala muhimu ni namna ambavyo taarifa hitajika zinavyotafutwa, zinavyokusanywa, zinavyochambuliwa, zinavyotafsiriwa na jinsi zinavyowasilishwa. Katika kazi hii, namna ya kuelezea jambo kwa kutafuta habari kwa kina ndiyo hasa ilitumika. Taarifa zilikusanywa kupitia usaili wa ana kwa ana na wadau, utumiaji wa dodoso kwa namna ya maelezo na pia ya tarakimu ilihusishwa. Taarifa zilipatikana pia toka kwenye majarida, nyaraka n.k. Njia hizi zilitumika ili kufanya utafiti uliolenga kuangalia ni namna gani shughuli hii inaweza kutoa ajira kwa mabinti na wavulana: pia kuangalia ni kwanini vijana, licha ya juhudi kubwa katika kazi hiyo, hawakupata matunda makubwa ambayo ingefaa wayapate. Kwa maelezo hayo utaona kuwa msisitizo mkuu wa kazi hii ulikuwa ajira, kipato cha wasanii na kwenye tasnia ya muziki hususani ule wa watumbuizaji wa kizazi kipya.

Mji wa utafiti na wadau wenyewe

Utafiti huu ulifanyika katika jiji kubwa kuliko yote Tanzania yaani Dar es Salaam; kuna sababu lukuki zilizosababisha kuuchagua Mkoa huu. Kwa viwango vya kiuchumi kwetu Tanzania, ndio ulioendelea zaidi kuliko mingine yote. Ni jiji hilo ndipo muziki huu umeweka mashiko makubwa hasa. Dar es Salaam ina watu toka kona zote za nchi: na hivyo wasanii pia wanakuwa na mitazamo iliyochanganyika,yenye utajiri mkubwa wa tamaduni tofauti tofauti. Mkoa hupokea wageni wengi ambao huja kujaribu bahati kiajira; kati yao wengine huingia katika sanaa hii ya muziki.

Washiriki katika utafiti

Tafiti mbali mbali hutoa matokeo mazuri ama dhaifu; matokeo hayo hutegemea masuala kadhaa ikiwa ni pamoja na kiasi cha fedha, ujuzi na masuala mengine yanayomlenga mtafiti husika. Utafiti huu haukuwa na pesa ya kutosha, lakini hata hivyo juhudi na mapenzi makubwa kwa vijana aliyonayo mwandishi, yalipelekea kufanyika kwa kazi hii tuliyonayo. Ulijumuisha wadau 58 walioshiriki kwa namna tofauti tofauti, wadau walioshirikishwa walitoka katika kada anuwai. Kati ya wadau hao 58; ishirini walikuwa wasanii wa muziki huu wa kizazi kipya, kumi wenye muda mrefu katika fani hii na hali kumi wengine chipukizi, wanaoanza. Walichanganyika wavulana kwa wasichana. Wasanii maarufu walichaguliwa kufuatana na umaarufu wao na mchango mkubwa wa uelewa wa muziki huu na hivyo walitarajiwa kuleta habari sahihi na takikana zisizopatikana kwingine. Chipukizi

Bongo Flava Mkombozi wa Vijana

waliletwa kutoa habari mpya na ambazo hazifahamiki na walitarajiwa kutoa picha sahihi ya Bongo Flava isiyokuwa na ushabiki mwingi wala athari za umaarufu.

Vituo vya radio ni wadau wakubwa wa muziki huu wa vijana hapa nchini, kwa kuzingatia hilo vituo kadhaa toka Dar es Salaam vilishirikishwa (Clouds, Times, East Africa, Uhuru, TBC, Magic) katika ushirikishwaji huo – watangazaji wawili wenye ufahamu sahihi wa muziki kutoka kila kituo cha redio walishirikishwa. Makampuni ya kurekodia muziki (maarufu kama studio) yalishirikishwa katika utafiti huu. Studio hizo zilikuwa: *Kama Kawa records*, *MJ records*, *41 records*, *Sound Crafters na CMK records*. Ili kupata mtazamo mwingine juu ya kazi hii ya vijana, walihitajika wataalamu wengine wa masula anuwai ya maendeleo ya Vijana. Hawa walitoka Baraza la Sanaa Tanzania (BASATA), Bench March Productions, COSOTA, ILO- Dar es Salaam, Wizara ya Kazi, Ajira na Maendeleo ya Vijana (MLEYD), Music May Day Tanzania, msanii mkongwe na THT (Chuo cha kung'arisha vipaji Tanzania) Kila taasisi kati ya hizi, zilitoa mtaalamu na pia mkereketwa wa maendeleo ya vijana.

Wasifu wa wadau

Katika utafiti huu kama ambavyo ingetazamiwa, wadau wengi walikuwa ni vijana. Kati ya Vijana walioshirikishwa asilimia 98 walikuwa na umri kati ya (15-34). Hii inashabihiana na umri wa kijana kitaifa 15-35 (Sera ya Vijana ya Taifa 2007).

Taratibu za Utafiti

Kijinsia hakukuwa na uwiano sawia; vijana wa kiume walikuwa wengi kupindukia. Ieleweke kuwa pamoja na kwamba tayari kuna wasanii wa kike wachache, lakini hata hao wachache waliopo, hawakujitokeza kwa uwazi. Kati ya wasanii hamsini wa muziki huu ni wasichana wanne tu ndio walioshiriki katika utafiti huu. Wasichana wengi walisema kwamba walikuwa na mambo mengine mengi muhimu zaidi ya kufanya, na baadhi ya wasanii wa kike waliopatikana katika simu walisema kuwa walikuwa wamebanwa na majukumu mengi muhimu zaidi na hawakuwa tayari kushiriki katika mazungumzo juu ya muziki. Mara nyingine wasichana hushindwa kutumia nafasi wanazopatiwa na huishia kuulaumu mfumo dume hata pale wanapopatiwa nafasi ya kushiriki sawa na wavulana. Hivyo natoa wito kwa wasichana kushiriki shughuli za kitafiti na zingine za kimaendeleo.

Kijumla, matokeo yanaonyesha kuwa vijana 42 kati ya 50 walikuwa ama hawajaoa au kuolewa. Hali hii inadhihirisha kuwa wasanii wengi katika aina hii ya muziki ni vijana wadogo ambao bado wanahitaji muda kudumisha maisha yao.

Vijana wote walioshiriki katika utafiti huu walikuwa na ujuzi ama uelewa wa muziki kwa muda mrefu. Uzoefu na ujuzi wao katika fani ulikuwa ni wa kati ya miaka 2 hadi 13. Kwa mantiki hiyo utafiti ulikutana na washiriki wenye kustahili kutoa habari na ujumbe sahihi wa muziki wa Bongo Flava.

Bongo Flava Mkombozi wa Vijana

Katika kurasa zifuatazo tutaangalia sura tano za matokeo makuu ya utafiti huu. Sura hizo zitakuwa ni pamoja na vyanzo vya mapato kwa wasanii wa Bongo Flava, kwanini kipato duni kwao?, Madhara ya kipato duni kwenye tasnia ya muziki, mchango wa jamii katika ukombozi wa wasanii, na hatimaye mapendekezo ya kuboresha maisha ya wasanii / na muziki – huu.

7

Vyanzo vya Mapato kwa wasanii wa Bongo Flava

- Mbuyu huanza kama mchicha pia-

Awali ya yote inafaa kuelewa kuwa muziki huu wa kizazi kipya umekuwa ni aina mpya ya ajira kwa vijana. Hapo awali kulikuwa na mtazamo hasi ambao uliitazama shughuli hii ya vijana kama ukosefu wa nidhamu na uhuni lakini leo mawazo hayo yametupiliwa mbali. Pengine, pamoja na hatua zingine muhimu, kitendo cha kuukubali muziki huu kama shughuli halali, ndiyo hasa kimesaidia kuuimarisha na kuustawisha zaidi. Kwa kuwa Bongo Flava ni ajira basi ina vyanzo vyake mahususi kwa wasanii kujipatia kipato.

Utafiti unaonyesha kuwa kuna vyanzo kadhaa vya mapato kwa wana Bongo Flava; vyanzo hivi vinatofautiana kulingana na vipato alivyonavyo msanii. Kwa kuwa mbali ya kuwa mwimbaji, msanii mmoja anaweza pia akawa muigizaji na hivyo kupata kipato kingine nje ya kazi yake kuu ya muziki. Katika utafiti huu vyanzo vikuu vitatu vilidhihirika bayana kabisa, ambavyo ni pamoja na *tamasha, shughuli mchanganyiko* na *uuzaji wa kazi zao za kimuziki.* Asilimia 70 ya washiriki 50 ilionyesha kuwa tamasha ndiyo zilikuwa chanzo kikuu hasa cha mapato kwa wasanii, ilhali asilimia 16 ya washiriki 50 walisema kuwa chanzo cha mapato kwa msanii wa Bongo Flava ni shughuli mchanganyiko. Na asilimia 14 tu ndiyo walisema kuwa chanzo cha mapato kwa msanii wa

Mapato ndani ya Bongo Flava

Bongo Flava ni shughuli mchanganyiko. Na asilimia 14 tu ndiyo walisema kuwa chanzo cha mapato kwa wasanii wa muziki wa Bongo Flava ni uuzaji wa kazi zao za kimuziki, yaani Kanda na CD.

Tamasha, katika kitabu hiki cha vijana kazini, ina maanisha kuwa burudani ya kimuziki ambayo hufanyika ama ndani ya ukumbi ama sehemu yoyote mahususi kwa shughuli hiyo. Katika burudani hiyo watazamaji hulipia kiingilio kinachopangwa na waandaaji ambao huwa ama ni wasanii wenyewe au mtayarishaji mwingine yoyote. Kwa kawaida kinachofanyika katika tamasha ni msanii, (ama kikundi ama vikundi vya wasanii) kuburudisha umma uliohudhuria. Msanii ama wasanii katika tamasha huimba na kucheza nyimbo zao wenyewe ambazo mara nyingi huwa ni kwa msaada wa kanda ama CD. Huhitaji msaada wa muziki uliotayari kwa kuwa wengi wao hawapigi muziki wa bendi. Utafiti ulionyesha kuwa chanzo hiki cha mapato (yaani tamasha za muziki) ndicho kinachowapatia wasanii wengi kipato kikubwa. Hata hivyo sherehe hizo zenye kipato kikubwa kwa wasanii hutegemea umaarufu wa msanii ili kuleta faida kubwa.

Msanii ana namna kadhaa za kufahamika; Moja ya njia kubwa (na muhimu) hasa ni ile ya muziki wake kupigwa mara kwa mara katika vituo vya redio. Redio nyingi za masafa mafupi jijini Dar es Salaam huwa zina vipindi mahususi kabisa kwa ajili ya muziki huu wa kizazi kipya. Japokuwa vituo hivyo vya radio vina ushawishi tofauti tofauti, karibu vituo vyote hivyo, na hasa

Bongo Flava Mkombozi wa Vijana

vipindi vile vyenye kuhusisha Bongo Flava, hupata mashabiki wengi, ambao hushiriki kutoa maoni yao juu ya vipindi na aina ya muziki unaorushwa hewani. Kwa hiyo wasanii hawa pamoja na kwamba kazi zao nzuri ni muhimu mno kwa vituo vya redio na runinga huchangia kwa nyimbo zao na wao wenyewe kufahamika. Hivyo basi hata mapato yao katika maonyesho hutegemea kwa kiasi kikubwa, namna ambavyo vituo vya redio vimewatangaza. Kufanikisha yote hayo msanii anahitaji kuwa na mtandao mkubwa wa mtaji watu. Mtaji huo mkubwa hushawishi pia kipato cha msanii katika chanzo cha pili cha mapato kwa msanii – yaani shughuli zingine mchanganyiko.

Kwenye lugha ya Kiswahili kuna msemo ya kwamba *"mkono mtupu haulambwi"* ni kwa mantiki hiyo pia kuwa mtaji watu hutegemea zaidi uwezo – kipaji cha msanii husika. Na jinsi ambavyo msanii huyo anavyofanikiwa katika tamasha zake ndivyo ambavyo itakavyotoa mwanga na ushawishi katika shughuli nyingine atakazozifanya.

Shughuli mchanganyiko, kwa mantiki katika kitabu hiki na katika somo la Bongo Flava ni pamoja na majumuisho ya utayarishaji wa filamu, matangazo ya biashara na shughuli zingine binafsi na halali zinazowaletea kipato wasanii. Utafiti ulibaini ya kuwa kupitia muziki wao, (ambapo wasanii huimba na kucheza) vijana hawa hujizolea umaarufu katika jamii. Hapa neno jamii linamaanisha jamii katika ujumla wake wote tofauti na hapo awali ambapo iligusa hasa na zaidi tu rika la vijana. Kupitia sanaa na

Mapato ndani ya Bongo Flava

kazi ya muziki, baadhi ya wasanii hao hupata kugundua vipaji vyao vingine ambavyo, huvitumia pia kuongeza vipato vyao na wakati huo wakitoa burudani na mafunzo kedekede kwa jamii. Chanzo hiki cha mapato kulingana na utafiti, kilionekana kuwa ni cha pili kwa umuhimu wa kimapato kwa wasanii wa Bongo Flava hususani kwa wasanii waliopo katika jiji la Dar es Slaaam. Utafiti huu ulikuwa mahususi kwa Dar es salaam lakini kwa namna fulani unawakilisha wasanii katika miji mingine ya Tanzania na hata Afrika Mashariki kote. Kabla ya utafiti kufanyika watu wengi hawakujua vyema vyanzo vya mapato kwa wasanii wa Bongo Flava.. Hivyo chanzo hiki pia cha shughuli mchanganyiko hakikutambulika kwa wengi lakini kumbe utafiti umeonyesha kuwa chanzo hiki kinaleta mapato zaidi kuliko hata kanda na CD za muziki wao.

Mauzo ya Kanda na CD za muziki waliourekodi ni chanzo cha tatu kwa uingizaji wa kipato kwa wasanii wa Bongo Flava hususani wale wafanyao kazi zao Dar es Salaam. Uuzaji wa kazi za wasanii ndio hasa njia kuu ya mapato halali kwa wasanii wengi wakubwa kote duniani. Hata hivyo Ulimwenguni kote wasanii wengi wakubwa wana pesa nyingi ambazo hutoka katika miradi tofauti tofauti. Kutokana na hili kuna bahati moja mbaya kwamba baadhi ya wasanii wana mapato yasiyo halali. Kuna wasanii kadhaa hususani huko Marekani ambao walijihusisha na dawa haramu za kulevya na kupitia shughuli hiyo walijipatia pesa nyingi ambazo wameziwekeza katika shughuli nyingine zinazoendelea kuzalisha pesa kede kede. Hapa sielezei mambo haya ili kuwashawishi

Bongo Flava Mkombozi wa Vijana

vijana wetu wajihusishe na shughuli hizo, kinyume chake ni sahihi zaidi; wasanii na vijana kwa ujumla katika nchi zetu changa waepuke kabisa kujihusisha na dawa haramu za kulevya zenye madhara makubwa kwa watu wengi kuliko faida kidogo na kwa watu wachache mno. Kwa upande wa utafiti huu, ilibainika kuwa wasanii wengi wa Bongo Flava wana vyanzo vingine vya mapato tofauti na muziki. Asilimia 72 ya walioshiriki katika utafiti walisema kuwa wasanii hawategemei muziki pekee kama chanzo chao cha mapato. Ilhali asilimia 28 walisema kuwa muziki ndiyo kilikuwa chanzo chao pekee cha kipato. Katika mazungumzo ya kina na baadhi ya wadau wakuu wa masuala ya maendeleo ya vijana hususani wale wenye uelewa wa muziki; ilionekana kuwa muziki huu wa kizazi kipya huzalisha pesa nyingi tu kiasi kwamba wasanii wangekuwa na kipato kikubwa. Sasa je, nini hasa kinachofanya wasanii hawa wawe na kipato duni? Swali hili hasa ndio lililokuwa chimbuko la utafiti huu. Tutaliangalia kwa undani katika sura inayofuata.

8

Sababu za Kipato duni kwa Wasanii

-Kikulacho ki nguoni mwako-
Methali ya Kiswahili

Lugha ya Kiswahili ina misemo na methali nyingi nzuri zilizojaa mafunzo tele. *Kikulacho ki nguoni mwako*, ni methali inayokueleza mwanajamii kuwa adui ama mtu ambaye hakutakii mema hayupo mbali nawe. Anaweza kuwa karibu kabisa, na akawa ni mshirika katika kazi zako za kila siku.

Katika utafiti huu, asilimia 90 ya wahojiwa, walieleza kuwa kipato duni kwa wasanii wa Bongo Flava ni tatizo. Tatizo hili lilielezewa kwa namna kadhaa: wengine walisema ni tatizo kubwa sana. Wengine waliona kuwa ni tatizo la kawaida na kuna ambao waliona ni suala la kupatiwa ufumbuzi wa haraka. Licha ya hayo, utafiti uligundua kuwa wasanii kweli walipata kipato dhaifu ukilinganisha na juhudi za haja walizoweka katika shughuli hiyo. Inafaa kueleza pia kwamba suala hili la kipato duni liligusa hisia za washiriki wa utafiti huu kwa karibu mno. Kwa jinsi ilivyoonekana, ni kwamba wasanii hawapati nafasi nzuri zaidi ya kuelezea kwa uwazi na nafasi tosha- kiunagaubaga matatizo yanayowasibu. Iligundulika katika uchunguzi huu kuwa mambo makuu matatu ndio hasa husababisha kipato duni kwa wana Bongo Flava. Sababu hizi ni: *kazi duni za wasanii, ukosefu wa mbinu za utawala wa wasanii (mmoja mmoja)*, na *uongozi duni katika tasnia ya muziki.*

Kipato duni

Kazi duni za wasanii; zilidhihirika bayana kuwa ni moja ya sababu za msingi za kipato kibaya. Katika maelezo ya kina iligundulika kuwa udhaifu, uduni na ubora hafifu ulisababishwa na ukosefu wa elimu ya muziki kwa wasanii hao. Asilimia 96 ya wote waliohojiwa walisema kuwa, wasanii wa Bongo Flava hawana elimu ya muziki. Kama hali ndivyo ilivyo sasa je, wasanii hawa hufanya nini ili kupata muziki wao ila hali hawana elimu hitajika? Ilibainika kwa kiasi kikubwa mno wasanii hao hutegemea zaidi watayarishaji wa muziki katika studio ili watoe vionjo vizuri vya muziki. Hata hivyo watayarishaji hao, (wengi wao pia iligundulika), hawana elimu sahihi ya taaluma hiyo. Huiendesha shughuli hiyo kwa mazoea zaidi. Mtaalaamu mmoja wa masuala ya vijana na sheria za haki miliki alifafanua:

> "Ukosefu wa elimu ya muziki kwa wasanii na vijana wetu, kunasababisha kukosekana kwa ubunifu, na udadisi wa kutosha. Elimu ya muziki ni muhimu katika kupata kazi zenye ubora wa juu. Kukosekana kwa udadisi na ubunifu, ambavyo ni matokeo ya kukosa elimu ya muziki, kunasababisha kuwa na kazi duni. Wasanii wanaweza kuzalisha kazi nyingi na haraka haraka ila zisizo na ubora wenye kudumu na wenye kuleta ushindani. Mwisho wa yote msanii huiba kazi za wengine" (Mtetewaunga D. Stephen).

Kazi duni za wasanii hulifanya soko lao liwe lile lile tena la muda mfupi tu. Huwa hivyo kwa kuwa muziki wao hauna mashiko ya kitaaluma toka kwa ujuzi wa aliyejifunza kitabuni. Pamoja na ukosefu wa elimu ya muziki, vijana wengi wanajiunga na tasnia

Bongo Flava Mkombozi wa Vijana

hii na tena wana uwezo, bila elimu hiyo, kuimba na kujishughulisha na fani hii kwa uhuru mkubwa kabisa. Suala hili linashangaza na kusababisha kujiuliza kwanini vijana hawa waimbe na kupata mafanikio walionayo ila hali hawana elimu takikana? Suala hilo lilidhihirishwa na kipaji; yaani wasanii wengi hata bila ya elimu ya muziki wanaushangaza sana umma kwa kuimba nyimbo zinazopendwa sana japokuwa kwa muda mfupi tu.

Kipaji

Kipaji ni zawadi na ni nguvu ya ndani aliyonayo binadamu, inayomwezesha kufanya shughuli zake katika uhalisia wake, na tena bila kutumia nguvu nyingi (Enearta 2005). Wasanii wengi wa Bongo Flava hawana elimu ya muziki lakini hata hivyo (wengi wao) hufanya shughuli za muziki kwa namna ya kuridhisha kabisa. Ukweli huu unadhihirishwa na idadi kubwa ya washiriki katika utafiti. Asilimia 98 walisema ingawa wasanii wa kizazi kipya hawana elimu ya muziki wana vipaji vya muziki. Ndiyo maana wanaweza kuimba kwa namna wafanyavyo. Akieleza suala la vipaji, mkurugenzi wa Bench Mark Production alisema:

> "Vijana wanaoshiriki katika mashindano yetu ya kutafuta kijana nyota katika kipaji cha uimbaji; huwa ni vijana wa makundi mawili. Kuna vijana wenye vipaji vya kuimba na wale wasio navyo. Kwa wale wenye vipaji hivyo tunawasaidia kugundua kwa uhakika kuwa wana vipaji na baadhi yao huwasaidia kurekodi nyimbo zao. Kwa wale wasio na vipaji hivyo vya kuimba huwasaidia

pia kwa kuwashawishi waweze kuona hilo. Hata
hivyo kuna vijana ambao hudhani kuwa wana
vipaji kwahiyo basi huenda kurekodi nyimbo zao,
ambazo hata hivyo huwa na ubora hafifu kabisa"
(Paulsen, Rita).

Kazi na tafiti ambazo zimefanyika juu ya muziki, zinadhihirisha
kuwa, kipaji kwa hakika ni hitaji muhimu hasa la muziki. Pamoja na
hayo ama kwa kufahamu ama bila kufahamu, wasanii kadhaa wa
Bongo Flava, wameingia katika tasnia hii kwa lengo la kujipatia tu
kipato na umaarufu. Suala la kipaji kwao halikuwa muhimu sana
bora tu pesa inapatikana. Kipaji, japokuwa chaweza kugunduliwa
pia ukubwani, inafaa kigunduliwe wakati vijana wangali wodogo
na kisha hapo vikuzwe kwa mafunzo. Mafunzo na maelekezo
katika maisha yote ya kazi husika husaidia kupatikana kwa
matokeo mazuri na takikana.

Ukosefu wa mbinu za utawala kwa wasanii ; ni sababu mojawapo
ya kipato duni. Mbinu sahihi za utawala binafsi ni muhimu
katika biashara ama shughuli yenye uwezo wa kuleta kipato.
Menejimenti katika biashara ni shughuli ngumu ya kiuchumi
ambayo huhusisha shughuli zinazohusisha uzalishaji, usambazaji,
na uuzaji wa bidhaa ama huduma kwa manufaa ya mnunuzi na
faida kwa muuzaji (Enearta 2005). Utafiti huu uligundua kuwa
wasanii wengi kupindukia hawana timu hii ya menejitmenti
ambayo ingesaidia katika kazi zao za kila siku. Bongo Flava kama
shughuli ya kiuchumi; inatakiwa iwe na mfumo wa kuyaongoza
yote yanayojiri katika tasnia hiyo, yenye kutoa ajira kwa vijana

Bongo Flava Mkombozi wa Vijana

wengi wa mijini. Msanii wa muziki huu wa kizazi kipya anaweza kuwa na meneja, timu ya "mapromota" (mwezeshaji, mtangazaji) na, msambazaji wa kazi zake na wote kwa pamoja, kila mmoja kwa nafasi na shughuli zake wataangalia maslahi ya msanii. Kinyume na maelezo haya, utafiti uligundua kuwa shughuli zote za kazi hiyo zilifanywa na msanii peke yake ama na *wapambe* wachache tu, ambao wengi wao hawakuwa na ujuzi takikana wa kiutawala. Matokeo ya kufanya hivyo ni kwamba, pamoja na juhudi zao kubwa, wasanii hao walijikuta wakiambulia kipato kidogo na duni tu. Ukweli huu ulirindima pia midomoni mwa msanii na mwana muziki mkongwe aliyesema:

> "Kipindi nilipokuwa katika mafanikio ya kimuziki; nilikuwa na timu nzima ya menejimenti, timu hiyo iliangalia shughuli zote muhimu za kila siku. Utaratibu huo ni kinyume kabisa na jinsi vijana wa leo wanavyofanya kazi zao. Baadhi ya wasanii hawa wa Bongo Flava, wanapata kipato kikubwa ambacho sisi kwa upande wetu hatukukipata lakini wengi wa vijana hao hawajui namna ya kupangilia matumizi ya pesa zao. (Mtoro Ongala Ramazani)."

Tasnia ya Muziki hapa Tanzania inahusisha wadau kadhaa. Bongo Flava, moja kati ya matawi katika tasnia hiyo, ina wadau ambao si haba kwa idadi. Wadau hao ni pamoja na mapromota ama wafadhili, makampuni ya kurekodia muziki, wasambazaji wakubwa, wapenzi wa muziki huu na kadhalika. Kwa kiasi

Kipato duni

kikubwa sana wadau hawa ndio hasa roho ya Bongo Flava, kwani kila mmoja wao kwa nafasi yake anasababisha kutambulika, kuuzika na kukubalika kwa burudani hii ambayo ni tunda la vijana wenye "maarifa", uchu na ari ya kujikomboa katika nyanja zote za kimaisha. Kujikomboa toka katika wimbi la umaskini, wakati kwa upande mmoja wadau hao wa Bongo Flava ni muhimili mkubwa katika mafanikio ya kazi za wasanii wa muziki huo, kwa upande mwingine wadau hao hao wamechangia katika tatizo la kipato duni kwa wasanii. Uongozi dhaifu ama mbovu wa tasnia ya muziki Tanzania ulitajwa kama sababu kubwa kuliko zote ambazo zinasababisha wasanii wa kazi hii inayopendwa na vijana wengi kuwa na mapato duni. Asilimia 38 ya wahojiwa walidai kuwa uongozi duni wa tasnia hasa, ndio ulisababisha matatizo ya kipato kidogo kwa wasanii wa Bongo Flava.

Katika utafiti huu, kila mdau alipata kiasi chake cha lawama kwa kusababisha mapato uchwara kwa vijana wa muziki huu wa kisasa. Wadau hawa wanalaumiwa kwa kujichumia kipato kikubwa kwa migongo ya wanaflava hao ila hali "mastaa" hao wakiondoka na pesa kiasi kidogo tu. Asilimia 6 ya wahojiwa wote walisema kuwa kipato kidogo kwa wasanii kinasababishwa na vituo vya kurekodia nyimbo hizo (studio) – asilimia hiyo ya lawama ilikuwa sawa na ile iliyopelekwa kwa wafadhili ama mapromota - nao pia walilaumiwa kwa kutowatendea haki wana Bongo Flava. Wauzaji wadogo wadogo na pia wanununizi wa reja reja wa kazi za wasanii walilaumiwa pia kwa ufujaji katika mapato ya wasanii.

Bongo Flava Mkombozi wa Vijana

Hawa walilaumiwa kwa asilimia 8 ya washiriki katika utafiti huo. Kundi lililotia fora kwa kuharibu mapato ya vijana hawa ni lile lililopata lawama zenye jumla ya asilimia 70. Kundi la wasambazaji wa kazi za wasanii wa Bongo Flava ndilo lililotuhumiwa kusababisha kipato duni kwa wana sanaa vijana..

Maelezo ya kina juu ya namna ambavyo kipato cha wasani hupotea, yalionyesha kuwa baadhi ya wafadhili hujihusisha na tamasha za wasanii na kwamba wao huchukua kiasi kikubwa cha mapato kuliko wasanii wenyewe. Wauzaji wadogo wadogo walisemekana kuuza kanda bandia ambapo mara nyingine zilikuwa nyingi kuliko kanda halisi. Maelezo hayo yalinadi kuwa wauzaji hao huzipata kanda hizo bandia toka kwa wasambazaji wakubwa. Wanunuzi, baadhi yao, hususani wale wa mijini walilaumiwa kwa kuzalisha CD nyingi bila idhini ya wasanii. Hufanya hivyo hasa kwa kutumia teknolojia ya tarakilishi (komputa). Wengi wanaofanya hivyo huwa ni wale wa mjini kwa kuwa hao ndio wenye uwezo wa kupata komputa kwa urahisi zaidi kwa kuwa huko upo ujuzi huo haramu na pia uhakika wa soko kulingana na wahitaji kuwa wengi ukilinganisha na vijijini. Wasambazaji wakubwa walionekana kubeba zaidi ya nusu ya lawama za kipato duni cha wasanii wa Bongo Flava. Ilibainika kuwa kuna baadhi ya wasambazaji hawa wanapoweka mkataba na wasanii kuuza idadi X ya kanda ama CD za muziki; hufanya vinginevyo. Hutayarisha idadi kubwa zaidi ya makubaliano. Mapato ya idadi iliyozidi huwa ni mali ya msambazaji na si ya msanii na bado hugawana kwa kiwango walichokubaliana hapo awali mapato ya idadi ya kanda /CD X ambayo ni kidogo ukilinganisha na yale mapato ya kinyemela. Kwa kuwa nimegusia suala la mkataba, je huwa inakuwa vipi? Kama mikataba ipo kwanini isiwabane washirika hawa vizuri?

Mkataba

Mkataba ni makubaliano baina ya pande mbili yanayoelezea ni kwa kiwango kipi upande mmoja unaweza kutumia kazi ya upande mwingine. Kusaini mikataba ni moja kati ya vipengele vigumu (hasa kwa watunzi) katika jitihada za kutangaza kazi zao. Baadhi ya mikataba inaweza kumsaidia mtunzi kifedha (kwa kumpatia malipo ya wakati huo huo) na mikataba mingine ambayo huruhusu upande mwingine utumie kazi ya mtunzi bila ya mipaka, (ama wa kitabu, muziki n.k). Kwa mantiki hiyo basi ni vyema na muhimu mno kutambua ni namna gani makubaliano na mikataba mbali mbali inavyofanya kazi[45]

Hapo kale, wanamuziki wengi wa Tanzania walipeleka kazi zao kuu kwa maana ya kazi halisi, na wala si kivuli ama nakala tu kwa wasambazaji, na huko walisaini mikataba ambayo iliwapatia pesa nyingi ya papo hapo kwa haki ya kuuza na kusambaza kazi hizo. Kwa mantiki hiyo aghalabu basi walipoteza haki zao zote za umiliki wa kazi waliyotengeneza wao wenyewe.

---

45 Perullo, Alex (2005)

Bongo Flava Mkombozi wa Vijana

Mara nyingi malipo hayo yalikuwa ni chini ya gharama za kurekodia santuri (albam) zao hivyo kushindwa kupata faida ya kazi zao miaka ya baadaye[46]

Hata hivyo, kwa mfumo uliopo sasa, wasanii wa muziki wananufaika zaidi kuliko siku za kale. Wasambazaji wengi wa hapa ndani hulazimika kurekebisha mikataba na hivyo kutoa malipo ya mrabaha wa kila albam inayouzwa. Kwa kufanya hivyo msanii anapata fursa ya kupata faida lakini kama tu msambazaji atakuwa ni muwazi na mwaminifu kwenye mkataba. Uchunguzi uliotokana na kazi hii, unaonyesha kuwa wasambazaji wetu wengi hawaheshimu mikataba yao. Matatizo haya yanatokana na udhaifu mkubwa katika menejimenti ndani ya tasnia ya muziki nchini. Utafiti ulibainisha zaidi kuwa katika eneo la menejimenti (tasnia ya muziki) kulikuwa na mianya mingi ya kusababisha kipato duni kwa wasanii. Mtaalamu mmoja wa masuala ya vijana na mlezi wa vijana mwenye upendo na upeo wa kugundua vipaji vya muziki na sauti zao kuhusu uwezo wa kuimba toka Bench Mark Production alikiri:

- "Wataalamu wengi katika vituo vya kurekodia muziki hawana uweledi wa kutosha. Vituo hivyo vipo tayari kumpokea mtu yoyote ili mradi tu awe na pesa. Hii ni moja kati ya matatizo yanayosababisha udhaifu mkubwa katika tasnia ya muziki. Makampuni haya ya kurekodia muziki inafaa yaruhusu kurekodi kazi za wale tu wenye vipaji."

---

46 Ibid (Kama juu)

Kipato duni

Akaendelea:

- "Katika usambazaji: soko la muziki si imara na wala si lenye kutabirika, kuna kuhodhi sana kwa soko hilo kwa wasambazaji wachache; soko linahodhiwa vile kwa kuwa msambazaji makini hasa hapa jijini ni mmoja tu. Zaidi, kuna wizi mwingi katika suala zima la usambazaji wa kazi za wasanii, matokeo yake ni kwamba wawekezaji wengi wanashindwa kujitosa katika soko hilo lenye uwezo wa kuchangia katika pato la taifa."

-

Kumalizia suala hili mpenzi mmoja wa muziki huu wa Bongo Flava aliongelea vituo vya redio kwa kusema:

- "Vituo vingi vya redio jijini Dar es Salaam ama karibu vyote vina vipindi mahususi na maalumu kabisa kwaajili ya muziki huu wa Bongo Flava. Vipindi hivi ambavyo hufadhiliwa na kudhaminiwa na makampuni ya vinywaji baridi, simu na kadhalika, hutayarishwa vyema na kuvutia wasikilizaji wengi. Vituo hivyo vya redio hujipata kipato cha matangazo ya biashara na kupitia wasanii hawa wa Bongo Flava, ambapo wao hubakia na kiasi kidogo tu ama bila chochote cha maana. Kama hiyo haitoshi, kupitia vituo hivyo hivyo vya redio, vijana hao huwa maarufu *super stars* lakini bila ya pesa. Umaarufu huu bila ya pesa huwaweka vijana hawa katika hati hati ya kujiingiza kwenye shughuli haramu ili wapate kipato kitakacho udhihirisha *u-super star* wao."

Kwa hakika kipato duni kwa mfanyakazi yoyote mwenye bidii kazini huweza kuwa na athari kubwa katika maisha yake binafsi ya kazi anayofanya. Utafiti ulibaini kuwa mambo kadhaa yanaweza kuwapata wasanii wa Bongo Flava katika shughuli zao na nyingine za kijamii. Suala hili linatupeleka kwenye sura inayofuata.

9

Madhara ya Kipato duni

- Mdharau mwiba mguu huota tende
(*Methali ya Kiswahili*)

Muziki wa kizazi kipya umeongeza idadi ya aina ya muziki katika nchi nyingi. Mifano ni pamoja na *Kwaito* - Afrika kusini, *Genge* huko Kenya, unakubalika pia Uganda, Senegal, Burkina Faso n.k. Kwa Tanzania hali si tofauti na nchi zingine, muziki huu wa vijana, Bongo Flava, unakubalika kama jambo jipya katika tasnia ya muziki wa Kitanzania. Upya huu ni mchango wa vijana hapa nyumbani. Muziki huu huwawezesha wasanii husika na pia makundi mengine ya watu walio karibu na muziki huu kujipatia kipato na kuendesha maisha yao. Aidha muziki huu umetoa fursa ya jukwaa kwa vijana hao kufikisha mchango wao wa mawazo kwa jamii na hapa utaona ya kuwa jamii inapokea ujumbe maridhawa toka kwa vijana hawa. Kuna nyimbo zao nyingi zinazoweza kutumika kuhamasisha haki na maendeleo katika kada zote za maisha ikiwa ni pamoja na wakulima, wafanyakazi (makundi haya ndio hasa hunyimwa haki), wafanyabiashara, wanasiasa na kadhalika. Mfano: nyimbo zinazowalenga wanasiasa zaidi hapa ni pamoja na: *Mr. Politician, Ndiyo Mzee,* na nyinginezo nyingi zinaweza kutumika kama nyimbo elekezi kwa wanasiasa. Wasanii wa nyimbo hizi nzuri wataendelea kutoa mafunzo na burudani kwa jamii kama tu wataendelea kupata mahitaji yao kupitia kipato chao ambacho inatakiwa wakipate toka katika kazi yao hii halali na inayotakiwa kuwa kazi yenye staha.

Katika matokeo ya utafiti juu ya kipato cha wasanii; asilimia 50 ya washiriki wote, walisema kuwa kipato cha wasanii wa muziki huu wa kizazi kipya ni duni. Asilimia 32 walisema kuwa kipato chao kiliendana na kazi walizofanya. Washiriki wengine waliofikia asilimia 18, hawakujua vyema kuhusiana na mapato ya wasanii hawa. Kwa kiwango ama idadi ya juu kabisa washiriki wengi walisema ya kuwa kipato cha wasanii wa Bongo Flava hakikwenda sawa na juhudi zao katika kazi. Maelezo ya kina katika utafiti yalionyesha kuwa wasanii hao walifanya kazi kubwa kuliko mapato waliyoweka kibindoni; kwa mantiki hiyo basi matokeo haya yaliafikiana bayana kabisa na maelezo yaliyopo katika bahari ya maelezo ya muziki huu. Mapato uchwara kwa vijana hawa waliojitengenezea ajira yao wenyewe yasiporekebishwa ni dhahiri kutakuwa na madhara yatakayosababishwa na tatizo hilo la kipato dhaifu.

Katika kutaka kujua ni kwa kiasi gani wasanii hawa wataathirika kutokana na kipato hiki duni, kuna matokeo yaliyojiri. Washiriki 29 walisema kuwa pamoja na kipato hiki duni bado wasanii wataendelea na shughuli yao ya muziki. Washiriki 13 walisema kuwa wasanii hao watapunguza juhudi zao katika utendaji wao wa kazi; 4 wakasema kuwa wasanii hao watabadilisha aina ya kazi na 3 waliona huenda aina hii ya muziki ikapotea kabisa. Mshiriki mmoja hata hivyo hakujua nini kifanyike katika Bongo Flava.

Bongo Flava Mkombozi wa Vijana

Maelezo ya utafiti ni ya kutia moyo. Pamoja na kwamba wasanii wanapata kipato duni imeonyeshwa kuwa bado wataendelea na kazi waliyonayo. Kuna mambo kadhaa yanayoweza kuelezea hali hii. Licha ya umasikini wa kipato bado mwananchi anaweza kaendelea na shughuli hata kama hana ujuzi, elimu ama uelewa mwingine. Uzoefu na tafiti nyingi zinaonyesha kuwa itafikia kipindi wasanii watachoka kuvumilia kunyanyaswa vile badala yake wataungana kutafuta suluhu ya matatizo yanayowakabili. Na kama ikitokea wakaendelea kufanya hiyo kazi basi itafanyika bila ya moyo wao wote kuwa pale. Itakumbukwa katika nadharia ya maada ya uzalishaji mali za Karl Marx (1818- 1883), ambayo aliiisanisi toka wanafalsafa wengine waliomtangulia, kuwa inafikia hatua mfanyakazi anaviharibu kwa makusudi kabisa vitendea kazi vyake ili mradi tu asiendelee na kazi ile ; vilevile kumkomoa mwajiri ama mkuu wake wa kazi. Matokeo yake ni kuhama toka katika aina moja ya uzalishaji mali kwenda nyingine. Itafikia wakati ambapo wasanii wa muziki huu wataiacha kazi hiyo na kuhamia nyingine. Na hapa si lazima iwe kama katika nadharia za Karl Marx kuwa watatoka katika kazi duni kwenda kazi bora zaidi. Inawezekana pia kuwa vijana hawa wakatoka katika muziki na kujiingiza katika shughuli zenye kuingiza kipato cha haraka lakini kisicho halali. Hili ndilo wimbi na tatizo kubwa kwa vijana wengi - wanaokimbilia pesa ya haraka haraka. Hivyo basi jamii ina wajibu wa kulitafutia ufumbuzi suala hili.

Kushindwa kushughulikia suala la kipato duni cha wasanii si madhara kwa vijana hao wa tasnia ya muziki pekee tu bali pia jamii yote kwa jumla. Jamii ya Kitanzania, kama zilivyo jamii nyingine duniani kote, ina haja ya burudani tofauti tofauti. Bongo Flava ni moja ya anuwai za muziki ambayo haikuwepo miaka thelathini iliyopita na ambayo kwa hakika inatoa mchango mkubwa katika jamii yetu. Ikitokea Bongo Flava "ikafa" basi moja ya vyanzo vya elimu kwa jamii itakuwa pia imepotea. Katika wimbo wake "*Starehe*", Ferooz (Mmoja kati ya wasanii lukuki wa muziki huu wa kizazi kipya) ambao ulishamirishwa pia hata na viongozi wa kitaifa, unaelezea na kuonyesha jinsi vijana wengi leo wanavyokuwa wahanga wa ugonjwa hatari wa upungufu wa kinga mwilini (UKIMWI). Licha ya faida kwa jamii (ujumbe) wimbo huu umekuwa pia na maslahi ya kiuchumi kwa msanii.

> "Bongo Flava ni aina ya muziki ambao umeingia kwenye nafasi za kujenga ajira kwa vijana. Vijana wenye vipaji kwa msaada wa teknolojia ya habari na vyombo vya habari wameweza kujitengenezea ajira zao wenyewe japokuwa wana changamoto kubwa ya kuzifanya ziwe zenye staha" (Mtenga, Venerose).

Bongo Flava hautoi tu ajira kwa vijana wenye vipaji vya kuimba bali pia nafasi za ajira kwa vijana na watu wengine – wa marika na ujuzi tofauti tofauti. Ama kweli muziki una uwezo wa kutoa ajira zenye mtindo wa kufuata na mithili ya mnyororo: Tazama mfano huu hapa chini:

Msanii→Mnenguaji→Meneja→Mtayarishaji Muziki (vionjo) Dj →Mtangazaji redio (vipindi vya muziki)→Muuza kanda na CD

Bongo Flava Mkombozi wa Vijana

za Muziki n.k

Utaona kuwa kama juhudi za lazima za kuwasaidia vijana hawa hazitafanyika, basi tutapoteza nafasi hizi za ajira kwani tukidharau hili makubwa yataifika jamii; kama isemavyo methali ya Kiswahili *Mdharau mwimba mguu huota tende..*

Zaidi ya hayo, kipato dhaifu kwa wasanii wetu kitadororesha kuvumbuliwa kwa vipaji vingine vingi vya vijana. Tafiti zimeonesha kuwa wasanii wa Bongo Flava waliofanikiwa kwa kiasi fulani waliwatia shime vijana wenzao. Vijana wengi walihamasika na kujiuliza kuwa wanaweza nini, ndipo hapo wakaanza kuimba, unenguaji, uhandisi wa sauti ya muziki, na hata kazi nyingine tofauti na muziki; bora tu wanatumia vipaji vyao.

Muziki wa Bongo Flava ni mchango muhimu mno katika nchi isiyo na mkakati maalumu juu ya vipaji ambavyo vinaweza kuleta pato kubwa kwa nchi[47]. Katika mazungumzo na mtaalamu wa muziki na masuala ya vijana wa Bench Mark Productions, mwandishi alipata yafuatayo:-

> "Kipato kidogo kwa wasanii wa Bongo Flava kwa hakika kinaweza kikadumaza vipaji vya wasanii, kwa kuwa hawawezi kuendelea kuimba ila hali hawaoni au hawapati faida yake na hatimaye wanaweza kujiingiza kwenye shughuli haramu." (Paulsen, Rita)

Madhara ya Kipato duni

Kwa kuhitimisha makala hii juu ya madhara ya malipo duni kwa wasanii wa Bongo Flava, ni vyema kuelewa kuwa tasnia ya muziki itapoteza mshiriki mahiri mwenye kutoa burudani takikana kwa jamii. Vijana hao ama wataenda katika kazi yenye kuwapatia mapato makubwa zaidi ama watapotelea kwenye shughuli za kihalifu. Kwa mantiki hiyo jamii itapoteza moja ya vyanzo vya burudani, fikira, mtazamo mpya, na mafunzo yatolewayo na vijana wa Bongo Flava. Kipato duni huenda kikadumaza moyo wa udadisi, ubunifu, na ujasiriamali wa vijana. Na baya zaidi ni namna jamii itakavyoumia endapo vijana hawa watajiingiza kwenye shughuli za uhalifu na zenye kukiuka sheria. Ikumbukwe kuwa tayari vijana hawa wana mtaji watu na ushawishi mkubwa katika jamii. Vijana ni watu wenye nguvu na akili tosha. Kwa kuwa vijana hawa ni sehemu ya jamii, basi jamii haina budi kuingilia kati na kulitafutia suluhu tatizo hili la kipato kidogo kwa wasanii wa Bongo Flava. Nini basi mchango wa jamii katika ufumbuzi wa tatizo hili? Ndiyo mada katika sura ifuatayo.

10

Jamii na uboreshaji Mapato ya Wasanii

- Mdharau Chake Ni Mtumwa
(Methali ya Kiswahili)

Mdharau Chake Ni Mtumwa, ndivyo isemavyo moja ya methali za Kiswahili.

Vijana – wasanii wa muziki wa kizazi kipya ni kati ya makundi ya wanaojali utamaduni na taifa lao; Utamaduni hapa kwa wasanii ni pamoja na kutumia lugha ya Kiswahili kuwasiliana, kuimba na kwa mantiki hiyo basi, si watumwa katu. Utumwa ni moja kati ya mizigo na hali ambayo inapunguza kwa kiasi kikubwa kabisa heshima, utu na hadhi ya binadamu wote kwa ujumla wao. Yoyote anayemfanya binadamu mwenzake kuwa mtumwa, naye pia, kapungukiwa na "ubinadamu." Aghalabu kiumbe mwenye mamlaka na uwezo mkubwa kuliko wanyama wote, (kiakili) hatazamiwi kumtendea vibaya binadamu mwenzake; hali kadhalika anayetendewa kiukatili hatendewi haki ya utu wake. Jambo la kusikikitisha zaidi ni kuwa pamoja na uwezo mkubwa wa kiakili na utashi, historia inatuambia kuwa binadamu amepitia hali hiyo mbaya ya kumdunisha kupindukia. Binadamu amepitia utumwa kama mfumo wa uzalishaji mali ; hii ilikuwa fedheha kubwa kiutu. Utumwa hata leo unafanyika kwa sura mpya; wakulima, wafanyakazi wanajituma na kufanya kazi kwa bidii lakini hawapati wanachostahili. Hili ni suala ambalo lazima

Jamii na Muziki wa kizazi kipya

lipigwe vita kwa nguvu akili na utashi wote. Kuna namna nyingi za kufanya hivyo. Mojawapo ni kufanya kazi kwa bidii, na kisha kudai mapato stahiki kama ambavyo vijana wa muziki wa kizazi kipya wanavyotuonyesha.

Tumeona jinsi vijana wanavyodhulumiwa haki yao. Vijana hawa ni wanajamii wenzetu; na wanaishi pamoja nasi. Kwakuwa hawa ni binadamu wenzetu na wenye haki na wajibu wa kufanya kazi, basi hatuna budi kuwasaidia kwa kupigania haki zao. Jamii inawajibika kuwasaidia ili waepukane na shida hii ya utumwa wa kipato duni. Anayefanya kazi halali kwa maarifa na bidii ana haki ya kupata kipato kikubwa na stahiki. Kama ilivyo kwa mkulima anayelima shamba kubwa kwa kilimo cha kisasa na kwa kuzingatia yote yaliyo muhimu katika kilimo, ana haki ya kupata mavuno mengi. Na ndivyo inavyotakiwa kwa wasanii wa muziki wa kizazi kipya. Kulingana na taratibu za kinadharia mfanyakazi mwenye juhudi na maarifa takikana ya kazi husika basi hupata mafanikio ama kipato kikubwa. Hivyo basi jamii ambamo wasanii hawa wanaishi ina wajibu wa kuwatengenezea vijana hawa mazingira ya mafanikio.

Katika utafiti huu washiriki waliulizwa, je, jamii ambamo wasanii wa muziki huu wanaishi inahusika kwa kiasi chochote kurekebisha kipato cha wasanii hawa? Katika kutafuta majawabu; kulikuwa na majibu ya aina mbili tu. Hata hivyo majibu yote yalilenga kuonyesha kuwa jamii ina jukumu la kuwasaidia vijana hao. Asilimia 80 ya washiriki walisema kuwa jamii yote ina wajibu

Bongo Flava Mkombozi wa Vijana

wa kuwasaidia wapate kipato stahiki. Asilimia 20 walisema kuwa si jamii yote yenye wajibu wa kutatua tatizo. Katika mtazamo mwingine ili kujua kama jamii imefanya chochote ama la katika kulitatua tatizo hili, udodosaji uligundua kuwa asilimia 52 ya wahojiwa walisema kuwa hadi hivi sasa hakuna chochote ambacho kimefanyika ili kutafuta suluhu kwa kadhia hii. Asilimia 38 walisema hawakujua kama kulikuwa na hatua zozote zilizochukuliwa kunusuru kazi hii. Hata hivyo asilimia 10 walisema kuwa kuna masuala kadhaa ambayo yamefanyika katika jitihada za kuwakomboa wasanii wa muziki wa kizazi kipya.

Kufuatia matokeo ya uchunguzi tulioufanya; tumeona kuwa asilimia 52 ya washiriki walisema kuwa mpaka hivi sasa hakuna chochote kilichofanyika kuwasaidia wasanii wa kizazi kipya. Kwa matokeo hayo inawezekana kabisa kuwa kuna baadhi ya watu ambao wanaweza kukatishwa tamaa na vyombo vya nchi vinavyosimamia kisheria masuala ya muziki na sanaa kwa ujumla. Kutokana na matokeo ya utafiti huu, msanii ama mpenda muziki anaweza kukatishwa tamaa na hali hiyo. Ukweli ni kwamba mpenda muziki na wasanii hawana haja ya kukata tamaa kwani mamlaka husika zinafanya juhudi kubwa takikana. Mamlaka hizo ikiwa ni pamoja na Baraza la Sanaa Tanzania (BASATA), shirika la taifa la haki miliki (COSOTA), zimekwishafanya mambo mengi kuwasaidia wasanii wa muziki wa kizazi kipya na wanamuziki wote kwa ujumla. Mgongano uliopo baina ya matokeo ya utafiti na hali halisi unaonyesha jambo moja tu.

Jamii na Muziki wa kizazi kipya

Kwamba washiriki wengi katika utafiti huu (wengi ni wadau wa karibu kabisa wa Bongo Flava), hawasomi wala hawapitii magazeti, makala, majarida, na nyaraka zinazohusisha maswala ya muziki na sanaa za hapa nyumbani na za kimataifa. Hili ni jambo la kushutua; kwa kuwa wale wanaowaibia haki zao wakitambua udhaifu huo wataendelea kuwanyonya wana kizazi kipya bila ya wao kufahamu ama kugundua ukweli huo. Kuona namna ambavyo vyombo vyenye dhamana ya kutetea haki za wasanii vinavyohusika na sanaa nyumbani hebu tutazame nini vyombo hivyo vimefanya kuwapigania.

Kuonyesha kuwa linajali wasanii na kufanya vyema zaidi katika shughuli zake Baraza la Sana Tanzania (BASATA) liliweza kuutambua na kuujumuisha muziki wa aina hii katika hazina ya muziki wa Tanzania. BASATA, imekuwa mstari wa mbele na halikusita kulishirikisha kundi hili la vijana katika vita dhidi ya masuala yasiyo kubalika ndani ya jamii. Mathalani mapambano dhidi ya dawa za kulevya, Virusi Vya Ukimwi na Ukimwi, ukosefu wa ajira kwa vijana wengi mijini na vijijini na elimu bora hususani kwa vijana walio vijijini katika baadhi ya shule za kata zisizo na mahitaji muhimu. Zaidi ya hayo, kumbukumbu zinaonyesha kuwa wasanii, watayarishaji wa muziki, wafadhili na wapenzi wa muziki, waliungana katika kongamano waliloliita " Hip hop Summit 2004" wakaangalia na kujadiliana juu ya kipato duni cha wasanii na pia masuala juu ya kanda na CD bandia na video ambazo zinazalishwa bila ufahamu ama ruhusa yao[48]. Isitoshe

---

48 Casco Saavedra (2006)

Bongo Flava Mkombozi wa Vijana

matokeo yalionyesha kuwa wasanii wengi hawajui vizuri masuala
ya haki miliki. Asilimia 52 ya washiriki wote walionekana kutojua
chochote juu ya masuala ya haki miliki na haki miliki za kazi zote
ambazo ni miliki ya kiakili. Asilimia 17 walifahamu kidogo juu ya
haki hizo ila asilimia 14 tu ndio waliojua vizuri haki hizi za utunzi,
uandishi, ubunifu n.k.

Haki miliki za kiakili

Haki miliki za kiakili ni shughuli za kibunifu zenye thamani
za kiuchumi na ambazo zinalindwa na sheria. Haki miliki hizo
humzawadia *mzazi wa kazi mpya* haki za kiakili karibu zote ikiwa
ni pamoja na kuwazuia watu wengine kunakili, kutumia, ama
kusambaza kazi hizo bila ya idhini yake. Dhima kuu la kuzilinda
kazi hizo na pia kuwepo kwa haki miliki ni ili kuleta msukumo
kwa watu kuzalisha shughuli mbalimbali za kisayansi ili kuweza
kuinufaisha jamii na dunia kwa kazi zao[49]za kisayansi.

> (Hapa kisanyansi ina maana kazi yoyote inayozalishwa
> kwa mara ya kwanza na mbunifu ama mtunzi yoyote
> kusudi iwe na uwezo wa kuinufaisha jamii kwa namna
> flani. Haya ni maelezo yangu binafsi mwandishi)

Matokeo ya utafiti kwamba wasanii wengi wa Bongo Flava
hawafahamu vyema haki zao za kisanii yalidhihirishwa pale
ilipothibitishwa na mamlaka husika. Katika mahojiano na
mkurugenzi wa shirika la haki miliki za kazi za kiakili na kazi
mpya (COSOTA); alithibitisha:

---

49 Schechter, Roger (2005)

Jamii na Muziki wa kizazi kipya

"Wasanii wengi hawafahamu vyema juu ya haki miliki ambapo haki zao pia hupatikana humo. Tumekwisha kwenda katika mikoa mingi, na tulipofika huko ilikuwa dhahiri kwamba wasanii wengi hawakuzifahamu haki zao kwa hiyo jukumu letu lilikuwa kuwafunza sheria na pia haki zao za kiuchumi" (Mtetewaunga D. Stephen).

Sheria ya haki miliki hulinda haki za watunzi; ikiwa ni pamoja na watunzi wa muziki; waandishi, watunzi wa filamu, wachoraji na wote ambao hutoa kazi ambazo wao ndio watunzi wa mwanzo. Kazi hizo zaweza kuwa za kimuziki, kisanii, uandishi ama kisayansi. Mara tu mtunzi wa mwanzo wa kazi mpya ambayo ni halisi anapoikamilisha; tayari kazi yake hulindwa na sheria ya haki miliki. Mtunzi anayo mamlaka ya kufanya chochote kuhusiana na kazi hiyo yaani matumizi yake. Hivyo ni vyema kwa msanii kufahamu kwamba kazi yake aliyoitayarisha / aliyoitengeneza inalindwa kwa sheria na kwamba anaweza kunufaika nayo kiuchumi na kimaadili.

Mtunzi anayo haki ya kuongeza, kuzalisha, kusambaza, kutoa burudani za umma, kutangaza, ama kuzifanyia marekebisho kutokana na haki zake za uchumi zilizopo chini ya sheria ya haki miliki. Kimsingi mwenye kazi tu ndio ana haki kuamua namna gani kazi hizo zitatumika. Kufanya hivi kunasaidia kulinda maslahi ya kifedha ya wasanii (wamiliki kazi) na kuwawezesha wabunifu hao kunufaika kiuchumi bila hofu kwamba kutakuwa na watu wengine watakaozitumia kazi zao bila ya ruhusa[50]. Hata hivyo, inafaa wasanii wa muziki wa kizazi kipya waimarishe

---

50 Perullo, Alex (2005)

Bongo Flava Mkombozi wa Vijana

chama chao ili kiwasaidie na kuelekezana haki hizi za msanii.

Chama cha wasanii

Utafiti huu, umeangalia pia uchunguzi wa uelewa wa msanii juu ya chama chao. Katika maelezo, asilimia 52 ya washiriki wote walisema kuwa hawakufahamu chochote kuhusu kuwepo chama cha wasanii wa muziki wa kizazi kipya. Asilimia 44 walidai kuwa wasanii wa kizazi kipya hawana chama kabisa. Katika utafiti huo ni wasanii wawili tu yaani asilimia 4, ndio walitambua kuwepo kwa chama cha wasanii. Kwa mara nyingine matokeo haya ya utafiti huo yanakinzana na hali halisi ya mambo. Maelezo haya yanathibitisha kwamba wasanii wengi na vijana hawa hawajishughulishi vya kutosha kutafuta haki zao za kiuchumi. Mmoja wa maafisa wa BASATA juu ya swala la chama cha wasanii alikuwa na haya ya kusema:

> "Siku zote BASATA huwahimiza wasanii wote katika kuunda vyama vyao mbalimbali kwa malengo ya kujitafutia na kulinda maslahi yao" (Muhimba Ruyembe)

BASATA ni sehemu ya jamii kubwa. Kwa kuwa BASATA huwahimiza wasanii kuanzisha vyama vyao kwa malengo ya kulinda na kudai haki na maslai yao, basi kumbe jamii hushiriki kwa makini na karibu kabisa kuwasaidia. Wao ni watoto na wanajamii husika hivyo jamii haiwatupi. BASATA, chombo cha taifa cha sanaa kina jukumu la kulinda, kutetea na kudai

Jamii na Muziki wa kizazi kipya

haki za wanasanaa. Kama jinsi ilivyo kwa Wabunge - ambao huwakilisha mamia kwa maelfu ya wananchi bungeni - ndivyo hivyo ambavyo BASATA inawakilisha jamii katika kuwatumikia wasanii wakiwemo wanamuziki wa kizazi kipya. Ofisa huyo huyo wa Baraza la Sanaa la Taifa aliendelea kufafanua :

"Wasanii wa muziki wa Bongo Flava wana chama chao kijulikanacho kwa jina la "Tanzania Urban Music Assossiation" (TUMA). Chama hiki kilianzishwa tarehe 30 Machi 2005 kikiwa na nambari ya usajili "bst 2034" Chama hiki kiliundwa toka kwenye chama cha "Tanzania Rappers Association" ambacho kilikuwa na nambari ya usajili bst 96/347 ya tarehe 28 August 1996. Tarehe 30 Machi 2005, chama cha TUMA kilimchangua mwanafunzi wa chuo Kikuu cha Dar es Salaam K.Basil kuwa mwenyekiti wake wa kwanza. Makamu wa mwenyekiti alichanguliwa ndugu Joseph Mbilinyi (Mr.II/ Sugu) na katibu wa chama hicho alichaguliwa ndg.Starah Thomas. (Mulimba, Ruyembe)

Kwa mantiki hiyo na maelezo hayo ya mtaalamu ni kwamba chama cha wasanii kipo tena kipo kisheria. Kama hakifanyi kazi sawa sawa, basi ni viongozi wake waliochaguliwa kidemokrasia ndio wanahitaji kukiamsha chama hicho. Viongozi hao wa chama cha TUMA wana mamlaka, wajibu na haki ya kuamsha matumaini ya wasanii upya, wanaweza kufanya hivyo tu kwa kufufua shughuli za chama hiki. Viongozi hawa wanaweza kupata nafasi na msaada mkubwa toka kwa wadau wengi wa muziki wa kizazi kipya. Wadau wa kazi hii wanaongezeka kila uchao.

Utafiti uligundua kuwa maneno ya mtaalamu yule wa muziki yalikuwa sahihi kwamba BASATA inashirikiana na wasanii na kujitahidi kuwatambulisha na kuwanyanyua. Zaidi, hukusanya, husambaza na kutambulisha kazi za kitamaduni za watu binafsi na za tasnia yote kwa ujumla wake. Baraza vile vile huwahimiza na kuwatia shime wasanii washiriki katika tamasha mbalimbali ili wajitambulishe[51].

Katika kukamilisha sehemu hii suala kubwa lililojiri ni kwamba kumekuwa na mgongano baina ya matokeo ya utafiti na kumbukumbu zilizopo kwenye nyaraka rasmi. Matokeo ya utafiti yanaonyesha hakuna chochote ambacho jamii imekifanya kuwasaidia vijana wa muziki wa kizazi kipya. Lakini ukweli (kumbukumbu) ni kwamba juhudi zimefanyika na zinafanyika vilivyo. Tatizo hili lipo katika uvivu wa kusoma na kufuatilia kwa makini masuala yanayowahusu na yanayoihusu jamii kwa karibu. Vijana wengi husoma zaidi habari nyepesi nyepesi na hivyo hukosa masuala mazito na muhimu ambayo mengine yahusu maisha na fani zao. Ili kuiboresha tasnia yote vyema zaidi kuna maoni kadhaa ambayo yalitolewa na wadau wa muziki huu mahususi kustawisha tasnia. Hiyo itakuwa ni mada ya sura ifuatayo.

---

51 URT (1997)

11

Uboreshaji wa Kipato cha Wasanii

-Penye nia pana njia-
Methali ya Kiswahili

"Penye nia pana njia" busara hii toka kwa wahenga hutumika pale kunapokuwa na hali fulani duni lakini panapokuwa na matumaini. Mfano unaofaa mada ya juu ni ule wa nchi zinazoendelea. Kama mfano wa moja ya nchi hizo, Tanzania, hujitahidi walau kuwa na sera zilizo bora; kuandaa mazingira yanayofaa, kuandaa wataalamu wake kupitia elimu, kushirikiana na nchi nyingine, kuwa na dira inayo onyesha nchi hiyo itakako kwenda. Hapo ndipo sasa huongeza matumaini ya kuweza kufanikiwa siku za usoni. Vijana wa mjini husema "One day yes!" wakimaanisha kuwa siku moja mambo yatakwenda vyema.

Inafaa kueleza kuwa Bongo Flava kama aina ya muziki na burudani hapa nchini imekubaliwa na mkakati wa Taifa wa Ajira za Vijana wa mwaka 2007 kama moja ya vyanzo vya ajira hususani kwa vijana. Matokeo ya utafiti yalionyesha kuwa Bongo Flava ni zaidi ya ajira. Muziki huu ulitazamwa kama ajira yenye staha ama ile yenye uwezekano wa kuwa yenye staha. Ikumbukwe kwamba wasanii wengi wa muziki huu hupata mapato duni, lakini kwa kuwa wana nia, moyo na juhudi za kutaka kujikwamua kiuchumi basi wamesha fanya mambo kadhaa yakiwemo makongamano ya kujadili maslahi yao. Mfano ni Hip Hop Summit 2004, uliothibitisha methali: *penye nia pana njia*. Mawazo hayo yaliibuliwa kuonyesha udhaifu ambao mara nyingi husababisha uduni wa kipato. Bongo Flava ni shughuli ambayo vijana wameifanya kuwa ajira yao; kazi hii kimalengo inashabihiana na ya Shirika la Kazi Duniani (SKLD / ILO) lenye malengo ya kunyanyua fursa za wanawake na wanaume kupata kazi iliyo zalifu na yenye staha. Swala la kuiboresha Bongo Flava ili iwe na faida zaidi limeshajadiliwa kitambo. Basi kuna masuala ya kuzingatiwa. Mambo hayo ya kuzingatia ni`pamoja na elimu ya fani husika (hapa ni elimu ya muziki), mafunzo endelevu na kukiboresha chama cha wasanii wa Bongo Flava na kadhalika.

Matokeo ya utafiti huu juu ya elimu ya wasanii, yalionyesha kuwa washiriki 48 ambao ni sawa na asilimia 96, walisema kuwa wasanii wa muziki huu hawakuwa na elimu ya muziki ila hali washiriki wawili tu ndio walisema kuwa hawafahamu chochote juu ya elimu ya muziki wa wasanii hao. Mtu huyo anasema amezoea tu kuwasikia kwenye redio wakiimba hajui chochote juu ya elimu yao. Je, wana elimu yoyote rasmi ya muziki ama hawana chochote? Wakati matokeo yakionyesha hivyo sera ya utamaduni ya taifa ya mwaka 1997 inaeleza kuwa imeweka mazingira safi ya kujifunza toka shule za msingi hadi za sekondari ili wanafunzi wasome muziki.

Suala hili lajionyesha dhahiri kabisa katika sera ila katika hali halisi bado jamii hailifahamu fika. Mgongano huu waonyesha kwa mara nyingine kuwa baadhi ya sera zipo tu vitabuni, mithili ya

Bongo Flava Mkombozi wa Vijana

kurasa, lakini hazifanyiwi kazi mahususi ili ziifikie na kuitumikia jamii kusudiwa. Kwa mtazamo huo basi, ili wasanii wafaidike ni vyema na lazima wapate elimu ya muziki na mafunzo endelevu yenye lengo la kuwaimarisha wao na kazi zao. Pamoja na hayo kazi yenye staha huhitaji mfumo wa kuwa na mazungumzo ya kujadili na kudai haki kwa wafanyakazi. Kufanya hivyo kuna utatu mahususi kwa shughuli hii: mfanyakazi (msanii wa muziki wa kizazi kipya), mwajiri wake, (watayarishaji wa muziki na wasambazaji) na kwa upande wa tatu serikali.

Ili vijana waweze kushiriki vyema katika mchakato kudai haki zao kwa njia ya utatu ni vyema wakawa na chama chao chenye mamlaka ya kuwatetea na kudai haki hizo. Kuwa na chama kimoja chenye nguvu, ushawishi, kufahamu mahitaji ya wasanii na chenye kufanya kazi na kuwajibika kwa kila mwanachama, itafanya muziki huu wa kizazi kipya ushamiri zaidi. Na itakuwa ajira yenye staha zaidi kwa wasanii. Utakumbuka kuwa matokeo ya utafiti huu yalionyesha kuwa chama cha wasanii wa Bongo Flava kipo na kilianzishwa kisheria kabisa ila kwa sababu zisizofahamika chama hicho kimekuwa kimya kabisa. Viongozi wa TUMA inafaa warejee na mikakati na malengo mapya yenye nguvu za mafanikio. Tunasema hivyo kwa kuwa tasnia ya muziki inapendwa na inaleta ajira kede kede duniani kote hususani kwa vijana. Hivyo basi viongozi wenye mtazamo wa maono makubwa, wanaweza kuufanya muziki wa kizazi kipya (ambao ni uthubutu na ujasiri wa vijana) kuwa ajira kamili hapa nchini.

12

Wadau Wakuu wa Vijana

-Kidole kimoja hakiui chawa-
Methali ya Kiswahili

Mapinduzi makubwa yanayohitajika barani Afrika ni katika kilimo, uelewa na ushiriki katika demokrasia. Demokrasia kwa maana ya kuleta mabadiliko katika sera mbalimbali zenye kugusa maisha ya watu moja kwa moja na kuharakisha kuleta maendeleo ya kweli, yenye sura ya kitaifa; na yenye maana kwa mtu mmoja mmoja.

Ili masuala hayo yote yafanyike ni lazima kuwe na chombo maalumu kabisa ambacho kitakuwa na uwezo wa kuratibu mambo yote yenye kugusa maisha ya vijana. Kwa Tanzania, chombo chenye dhamana ya kufanya hivyo ni Idara ya Maendeleo ya Vijana iliyo chini ya Wizara ya Kazi Ajira na Maendeleo ya Vijana. Wizara hii ina mambo mengi muhimu yenye kugusa maisha ya mwanadamu kwa ukaribu kabisa yaani; kazi na ajira. Kwa kutambua umuhimu wa vijana ndipo idara yao ikawekwa chini ya wizara hii inayolenga wafanyakazi nchini.

Kuna maoni mengi na tena tofauti tofauti juu ya idara ya maendeleo ya vijana. Je, ibakie ilivyo ama iundiwe wizara yake kamili kabisa? Je, wizara hii inafanya kazi ambazo hasa zina mchango wa kumuendeleza na kumtia shime kijana wa Kitanzania ili aweze kushiriki katika masuala ya kitaifa na kimataifa? Hayo ni maoni mbalimbali ya wadau wa masuala ya vijana. Kuna ambao wanadhani kuwa vijana wana masuala mengi na hivyo inafaa wawe na wizara kamili yenye kuwalenga pekee yao. Lakini kuna maoni mengine ambayo yanadhani kuwa mfumo uliopo unakidhi haja: kwa kuwa masuala ya vijana ni mtambuka mno na hivyo ni vigumu kuwa na wizara moja tu yenye kuyatosheleza mahitaji yote ya kundi hilo azizi la binadamu. Aidha Idara ya Maendeleo ya Vijana inatambua kuwa haina uwezo wa kufanikisha masuala yote yanayowalenga vijana. Ukweli huo unajidhihirisha kupitia ushirikiano uliopo baina ya idara hiyo na asasi mbalimbali zenye kulenga kumsaidia kijana afikie malengo yake katika maisha - azaki hizo zinadhihirisha *utambuka* wa vijana.

Baadhi ya Azaki zinazojihusisha na shughuli anuwai za maendeleo ya vijana

Azaki za vijana	Mahali	Shughuli kuu
Tanzania Media and Youth Development Association (TAMEYODA)	Dar es Salaam	Habari zenye kulenga masuala ya maendeleo ya vijana
Life Skills Association of Tanzania (LISA)	Dar es Salaam	Kufunza stadi za maisha kwa vijana
Youth of United Nations Association of Tanzania (YUNA)	Dar es Salaam	Kuihamasisha jamii na vijana kufahamu haki zao
Kilosa Youth Development Association (YDA 96)	Morogoro	Kuwashirikisha vijana ili wawe wajasiriamali

Wadau Wakuu wa Vijana

Masasi out of school youth Development network	Masasi – Mtwara	Kuwahamasisha vijana wajikomboe kiuchumi na kujilinda dhidi ya VVU na UKIMWI.
Tanzania league of Blind	Rufiji – Pwani	Kuielimisha jamii juu ya mchango wa wasioona katika jamii
Youth Development Association (YODEA)	Sumbawanga – Rukwa	Elimu kwa vijana katika juhudi za ujasiriamali
Tanzania Media and Youth Development Association (TAMEYODA)	Songea –Ruvuma	Kuielimisha jamii na vijana katika masuala ya kiuchumi
Youth Advisory Development Council (YADEC)	Shinyanga	Kuwapatia vijana elimu ya ujasiriamali
Singida out of School youth Development network (SIYODEN)	Singida	Kuwasaidia vijana kupambana na VVU na Ukimwi
Youth Advisory and Development Council (YADEC)	Igunga –Tabora	Wanatoa ushauri kwa vijana juu masula ya kiuchumi
Tanga Youth Development Association (TAYODEA)	Tanga	Kuwaelimisha vijana namna ya kupiga vita rushwa
Kagera Group for Development (KAGDE)	Bukoba – Kagera	Kuwasaidia watoto (wanaoishi kwenye mazingira hatarishi)wa mitaani
Musoma Youth Development Network (MOYODEN)	Musoma – Mara	Elimu kwa vijana waepukane na maambukizi ya VVU na Ukimwi

Bongo Flava Mkombozi wa Vijana

Tanzania 4H Organisation	Moshi – Kilimanjaro	Kuratibu kambi za vijana (kambi kazi)
The Integration of Life Skills into HIV/AIDS Prevention Programme Affiliation within KULEANA CENTRE	Mwanza	Kujenga uwezo wa asasi za vijana
Student Partnership World Wide (SPW TANZANIA)	Iringa	Kuwahamasisha vijana juu ya masuala anuwai- mfano mazingira
Tanzania Student Christian Fellowship (TSCF)	Dodoma	Kuwaunganisha vijana wa dini tofauti na kuwapatia mafunzo ya VVU na Ukimwi

Chanzo: Idara ya Maendeleo ya Vijana; Wizara ya Kazi, Ajira na Maendeleo ya Vijana, 2009

Katika utafiti huu juu ya kazi za vijana na hasa juu ya muziki wa kizazi kipya kulikuwa na wadau kadhaa wanaojihusisha na muziki. Baadhi yao ni pamoja na Nyumba ya kung'arisha vipaji (THT), Bench Mark Production, Music May Day, Idara ya Maendeleo ya Vijana, Baraza la sanaa la Taifa (BASATA), Shirika la haki za watunzi Tanzania (COSOTA). Haya ni makampuni na taasisi zilizotoa mchango kufanikisha kazi hii. Kampuni moja ambayo haikushirikishwa katika utafiti huu lakini yenye kuchukua nafasi kubwa katika kuwajenga, kuwaandaa na kuwafanya vijana watambue uwezo wao ni kampuni ya simu ya Zain. Zain ni moja ya makampuni yenye mtazamo wa mbali sana katika kuwasaidia vijana na Taifa.

Zain Tanzania

Hii ni kampuni ya simu yenye kufanya kazi, kwa wakati huu, katika nchi kumi na tano barani Afrika na nchi sita za kule Mashariki ya Kati[52]. Kwa Afrika, idadi ya nchi 15 ni karibu asilimia 28 ya nchi zote barani. Zain inagusa kona karibu zote za bara hili Mashariki, Magharibi, Kati, na Kusini.

Kwa Tanzania, kampuni hii ilianza kufanya kazi zake mwaka 2001[53] kwa jina la Celtel. Kipindi hicho kauli mbiu ya kampuni ilikuwa ni kuboresha maisha ya watu na hasa wateja wao. Mtandao huu unaunganisha idadi kubwa ya Watanzania ambao wengi wanaishi vijijini. Zain ina mtandao mkubwa nchi nzima unao unganisha vyema vijiji na miji. Tafiti za hivi karibuni zinaonyesha kuwa wakazi wengi mijini huwasiliana sana na jamaa zao wa vijijini. Kwa kuwa Zain wana mtandao mkubwa basi huwa rahisi sana kuwaunganisha wengi. Kauli mbiu ya mtandao huu, mara hii, ni *ulimwengu maridhawa!*

---

52 http://www.zain.com/muse/obj/portal.splash: Middle East: Bahrain, Iraq, Jordan, Kuwait,Lebanon na Saudi Arabia: Africa: Burkina Faso, Chad, Congo Brazzaville, Jamhuri ya Kidemokrasia ya Kongo,Gabon, Ghana, Kenya, Madagascar, Malawi, Niger, Sierra Leone, Sudan, Tanzania,Uganda, na Zambia (ilichuku- liwa tarehe 24, Juni, 2009)

53 http://www.tz.zain.com/en/about-us/social-projects/index.html: (ilichukuliwa tarehe 24, Juni, 2009)

Bongo Flava Mkombozi wa Vijana

Pamoja na kuwa kampuni ya simu, Zain hufanya shughuli kadhaa zinazotoa huduma kwa jamii. Kampuni ilianzisha mradi ama mkakati unaoitwa *"Tulijenge taifa letu."* Katika mkakati huo, Zain hugawa vitabu katika shule ambako vinahitajika lakini havitoshi. Mwaka 2004; kampuni iligawa vitabu katika baadhi ya shule za Tanzania bara na Tanzania visiwani. Mkakati huu wa kusaidia shule masikini ulilenga kuendeleza kauli mbiu ya *kuboresha maisha* ya wateja wao. Zain inaamini na kutambua kwamba watoto wa leo ndio taifa la kesho. Kwa mantiki hiyo kampuni inashiriki katika ujenzi wa Taifa ili lipate wataalamu na wajuzi wa uhakika kupitia elimu.[54] Kampuni inahakikisha na kujitahidi kuleta furaha kwa watoto wa Tanzania ikisaidia (na inaisaidia) katika ujenzi wa Taifa kupitia elimu. Kampuni ipo tayari kushirikiana na itaendelea kushirikiana na wadau wakuu wa elimu.

Zaidi, Zain ni kampuni inayolenga kujenga na kuyaboresha maisha ya vijana wa Tanzania. Zain inawapatia pia vijana njia na taratibu za namna ambavyo wanaweza kutambua na kuvitumia vipaji vyao kutambua makuu yaliyo ndani ya maisha yao. Kwa lengo lile lile la kuboresha maisha ya vijana na ya jamii kwa ujumla Zain imeanzisha shindano ambalo huwakutanisha vijana wa vyuo tofauti. Shindano hilo linajulikana kwa Kiingereza "Zain Africa Challenge" yaani shindano la Zain kwa Afrika.

Shindano huvikutanisha vyuo vikuu kadhaa toka katika nchi zinazoongea Kiingereza barani, kusini mwa jangwa la Sahara.

---

54 Ibid

Wadau Wakuu wa Vijana

Vyuo huunganishwa na mtandao huo maridhawa kabisa. Katika mashindano hayo huwa kuna maswali yanayoulizwa haraka haraka kwa washiriki watatu toka katika vyuo shindanishwa. Maswali hayo hugusia masuala mengi yenye kujumuisha maisha ya Mwafrika na mwanadamu kwa ujumla. Maswali hujumuisha: historia, sayansi, tamaduni za bara Afrika, jiografia, uandishi, muziki na masuala yanayojiri wakati huu. Mashindano hutumika pia kutambulisha na kuelezea nafasi za kujiendeleza kiujuzi na mafunzo yatolewayo katika vyuo vikuu washirika katika ushindani. Washirika wakuu wa Zain katika shindano hilo, huwa ni Wizara za elimu katika nchi zenye vyuo vikuu katika shindano. Malengo makuu ya shindano hili ni kuwajenga vijana wawe wazalendo wa kweli wa bara hili lenye utajiri mkuu wa rasilimali lakini lenye maskini wengi zaidi.

Akizindua shindano hilo Afisa mauzo mkuu wa kampuni hii bwana Tito Alai, alisema ya kuwa lina lengo la kuwaendeleza vijana. Vijana ndio hasa tumaini la Afrika; ndio hasa mwangaza wa bara hili kwa hiyo ni vyema kuwapatia fursa wakuze vipawa vyao kwa ajili ya kuliendeleza bara hili mama ya wanadamu wote lililo nyuma kabisa kimaendeleo.[55] Oh Zain !

Kumbe kampuni hii ya simu haiunganishi tu watu kwa karibu lakini inashiriki pia katika kutunza chanzo cha binadamu wote kwa kuwajenga viongozi wa baadaye. Kwa kuwa kitabu hiki

---

55 http://www.zainafricachallenge.com/ZAC/info.html (Ilichukuliwa tarehe 24, Juni, 2009)

Bongo Flava Mkombozi wa Vijana

kinawalenga zaidi vijana wenye kutaka kukuza vipaji vyao na kutoa mchango katika jamii zao; basi Zain ni chaguo na mlezi bora kabisa wa vijana na vipaji vyao popote pale barani Afrika.

Vijana tegemeo la jamii duniani pote

Kwa kuwa vijana ni kundi muhimu kabisa basi inafaa kundi hilo la watu litambue kuwa kujiendeleza na kukuza vipaji vyao ni suala si tu la kujinufaisha wao peke yao bali pia dunia yote kwa ujumla. Hivyo kijana amka na utambue vipaji vyako kwa huduma ya watu wako. Ni vyema kila kijana ujiulize utakuwa umetoa mchango upi pale mauti yatakapokufikia? (Hata hivyo kifo si mwisho wa maisha ya binadamu ; ni mwanzo wa aina nyingine ya maisha nje ya mfumo wa dunia kama tuujuavyo)

Hili si tu suala la kidini lakini pia na hasa dhumuni la maisha ya mwanadamu. Kila mtu na nafsi yake yupo hapa duniani kwa lengo maalumu. Kijana tafuta na viendeleze vipaji vyako kwa ustawi wa jamii ya wanadamu, dunia na ulimwengu wote.

Marejeo

- Waandishi watangulizi ni wafadhili wa kifikira -

Msemo wa kiakili

Business Times (2005), "Globalization barrier to cultural
          development",*Business Times Newspaper,* 8-14 July

__________ (2005), "The Vice-Wife: a Tanzanian film about
          concubinage", *Business Times News paper,* 20-26 May

Chigunta, Francis (2006) "Paper to be presented at an Expert
          Group Meeting on Youth in Africa," *Participation of
          Youth as Partners in Peace and Development in Post-Conflict
          Countries* 14 to 16 November, Windhoek, Namibia

Development Works (2004) "Take Note! The (Re) naissance of the
          Music Industry in Sub-Saharan Africa," *Paper prepared
          for The Global Alliance for Cultural Diversity, Division of
          Arts and Cultural Enterprise,* UNESCO, Paris, June

Garofalo, Reebee (1999) "From Music Publishing to MP3: Music
          and industry in The Twentieth Century", *American
          Music,* Vol 17 PT 3, PP 318-354

Goldstein, Harold (2005) "Unemployment." *Microsoft Encarta*
          2006 [DVD]. Redmond, WA: Microsoft Corporation

ILO (2008), "ILO activities in Kenya, Somalia, Tanzania, and
          Uganda from January 2006 to December 2007",
          ILO Dar es Salaam Publications

_______ (2007) "Toolkit for mainstreaming employment and
     decent work/United Nations System Chief Executives

Board for Coordination Geneva", *International Labour Office*, First edition 2007

______ (2007), *Decent work & vocational training*:

http://www.cinterfor.org.uy/public/english/region/ampro/cinterfor/publ/sala/dec_work/ii.htm   (Ilichukuliwa tarehe 9 Oktoba, 2007)

______ (2006), "Decent work for all UN moves to strengthen global efforts to promote decent Work for poverty reduction and sustainable development, bringing decent work into focus", *World of work, The Magazines of the ILO* No. 57 Sept

______ (2006) "Global Employment Trends for Youth", *International Labour Office*, Geneva

______ (2003) "ILO activities in Africa 2000-2003 Tenth African Regional meeting Addis Ababa, December", *International Labour Office*, Geneva

______ (1999) "Report of the Director –General: Decent Work, 87th Session", *International Labour Office*, June, Geneva

IPP Media (2007), Move towards decent jobs creation in Africa, *The Guardian*, 11 April

______ (2007), "Jay Dee's 'Shukrani' to bounce on track soon", *The Guardian on Sunday*, 3 June

______(2005), "Zig Zag's album to hit streets soon", *The Guardian*, 11 August

______(2005), "Mwanambilimbi to launch Uchora next month", *The Guardian, 10 August*

______ (2005), "Kili award winners to tour 10 Regions",

The Guardian, 4 August

_______ (2004), "Mali's Oumou Sangare Climbs Music ladder steadily", *Sunday Observer News paper*, 12 December

_______ (2005), "Mr.Nice in Malawi for a series of shows", *The Guardian*, 10 June

_______ (2005), "Basata organizes seminar for local musicians", *The Guardian*, 21 June

_______ (2005) "Rap artists spearhead Senegal's quest for change", *The Guardian*, 29 July

Mangesho, Peter (2003) *Global Culture Trends: the case of hip hop music in Dar es Salaam*, M.A (Sociology) Dissertation, University of Dar es Salaam

Mendonsa, Eugene. L (2001), *Continuity and change in a West African society Globalization's impact on the Sisala of Ghana*, Carolina Academic Press, Durham, North Carolina

Michuzi, Issa Muhidin, (2005), "Hip Hop Summit 2004", *Kitangoma*, Vol No1 Issue No.010 March-April,

Michel Wanguhu (2006), *African Hip Hop, A to Z* http:// bongoflava. calabashmusic.com (Ilichukuliwa tarehe 25 Machi, 2007)

Microsoft Encarta Encyclopedia (2005), Music, 1993-2004 Microsoft Corporation
_______ (2005), Culture, 1993-2004 Microsoft Corporation

_______ (2005), Management, 1993-2004 Microsoft Corporation.

Mkoli, Masonga (2005), *The Dramatic Elements in Bongo Flava Musical Video Performances*; MA (Theatre) Dissertation, University of Dar es Salaam

Mwananchi Communications Limited (2007), "Wanafunzi zingatieni masomo Kwanza, Muziki baadaye", *Mwananchi News paper*, 26 May

Music Industry, (2005) *Microsoft Encarta* 2006 [DVD] Redmond, WA: Microsoft Corporation

Perullo, Alex (2005) "Hooligans and Heroes: Youth Identity and Hip-Hop in Dar es Salaam, Tanzania", *Africa Today*-Volume 51, Number 4 Summer, Pp.75-101

__________ (2005), *The music business in Tanzania*, Colour Print (T) Ltd, Dar es Salaam

Casco Saavedra, Jose Arturo (2006), "The Language of the Young People Rap, Urban Culture and Protest in Tanzania", *Journal of Asian and African Studies*, Sage Production, London, Thousand Oaks and New Delhi, Vol 41{3}:229-248.

Schechter, Roger E. (2005) "Intellectual Property. *Microsoft Encarta2006 [DVD] Redmond,* WA: Microsoft Corporation

Shaidi, Joyce, (2006), "Ari Mpya Nguvu Mpya Kasi Mpya" *Youth Development in Tanzania:*

http://www.ilo.org/public/english/employment/recon/eiip/ download/workshop/youthtan.pdf (Ilichukuliwa tarehe 15 Agost, 2007)

Stuart Bailie, (2005), Music Industry, *Microsoft Encarta Encyclopedia,1993-2004 Microsoft Corporation*

Suleyman, Miguel (2004), 'Seventies Music Is All the Rage Again',
        The East African, 10 May

The United Republic of Tanzania (2007), *National youth
        Development   policy, On talent,* Government Printers

________ (2006) National Population Policy
        Ministry of Planning, Economy and Empowerment

________ (2007), *The National Youth Employment Action Plan,*
        Government Printers

________ (2005), *National Strategy for Growth and Reduction of
        Poverty,*Vice President Office June, Government Printers

________ (1997), *The National employment Policy,* Government
        Printers

________ (1997), *The cultural policy, policy statement,* Government
        Printers

Ungele, Cecilia Benjamin (2005), *Gender Construction and
        deconstruction in the local popular Music industry: A case
        study of female artists in Dar es Salaam, Tanzania,* MA
        (Development Studies) Dissertation,
        University of Dar es Salaam

United Nations (2005), "World Youth Report 2005 Young people
        today and in 2015," United Nations Productions

__________(2007) World Youth Report; Young people transition
        Adulthood: Progress and challenges

Wood all, Laura and Brenda Ziembroski, (2002), *Literacy through Music*
http://www.songsforteaching.com/lb/literacymusic. htm/Promoting (Ilichukuliwa 10' Julai, 2007)

http://www.zainafricachallenge.com/ZAC/info.html
(Ilichukuliwa tarehe 24, Juni,2009)

http://www.zain.com/muse/obj/portal.splash:
(ilichukuliwa tarehe 24, Juni, 2009)

http://www.tz.zain.com/en/about-us/social-projects/index. html:
(ilichukuliwa tarehe 24, Juni, 2009)

www.jobortunity.org/imgs/jobortunity%20Brochure%20English. pdf_
(Ilichukuliwa tarehe 28 May, 2009)

http://projects.tigweb.org/YES-Tanzania/reports/?current=3_
(Ilichukuliwa tarehe 28 May 2009)

Watoa habari wakuu:

Islam, kiongozi wa mafunzo ya kucheza (THT Office)

January, 11, 2008

Mtetewaunga, D. Stephen (COSOTA Office) January, 15, 2008

Mtenga, Venerose, (MLEYD Office) February, 05, 2008

Mulimba, Ruyembe (BASATA Office) January, 16, 2008

Paulsen, Rita (Bench Mark Production Office) January, 11, 2008

Sampa, Moris Francis (Music May Day Tanzania Office) January,
21, 2008
Ramazani, Mtoro Ongala, populary known as Dr. Remmy
        (Nyumbani kwake Sinza kwa Remmy) January, 18, 2008